ഉള്ളി ഡോട്ട് കോം

ulli.com
stories

•

k pradeep

•

first edition
april 2018

•

typesetting
sreebhadra, thiruvananthapuram

•

published
chintha publishers, thiruvananthapuram

•

cover
vinod

വിതരണം

ദേശാഭിമാനി ബുക്ക് ഹൗസ്

H O തിരുവനന്തപുരം-695 035
phone: 0471-2303026, 6063026
www.chinthapublishers.com
chinthapublishers@gmail.com

ബ്രാഞ്ചുകൾ

ഹെഡ്ഡാഫീസ് ബ്രാഞ്ച് കുന്നുകുഴി • സ്റ്റാച്യു തിരുവനന്തപുരം • കെ എസ് ആർ ടി സി ബസ് സ്റ്റേഷൻ ആലപ്പുഴ • കെ എസ് ആർ ടി സി ബസ് സ്റ്റേഷൻ എറണാകുളം • മച്ചിങ്ങൽ ലെയ്ൻ തൃശൂർ • ഐ ജി റോഡ് കോഴിക്കോട് • മാവൂർ റോഡ് കോഴിക്കോട് • എൻ ജി ഒ യൂണിയൻ ബിൽഡിങ് കണ്ണൂർ • സെൻട്രൽ ബസ് ടെർമിനൽ കോംപ്ലക്സ് താവക്കര കണ്ണൂർ

CO - 2860 / 4645
ISBN - 978-93-87842-29-8

ഉള്ളി ഡോട്ട് കോം

കഥകൾ

കെ പ്രദീപ്

ചിന്ത പബ്ലിഷേഴ്സ്
തിരുവനന്തപുരം-695 035

കെ പ്രദീപ്

കാസർകോഡ് ജില്ലയിലെ മടിക്കൈ സ്വദേശി. ആനുകാലികങ്ങളിൽ എഴുതുന്നു. ആദ്യ കഥാസമാഹാരം *റേഷൻ കാർഡിന്റെ നിറം*. *ചായക്കട*, *ആശൈ ആലൈ പോലെ* (തമിഴ്), *പൂവാലൻ കനവ്* എന്നീ സിനിമകളുടെ തിരക്കഥാരചയിതാവ്.

ഭാര്യ : ലീന

മകൾ : കൃഷ്ണേന്ദു

ഫോൺ : 9895124877

ഉള്ളടക്കം

പ്രസാധകക്കുറിപ്പ്

കഥപറച്ചിലിന് പല വഴികളുണ്ട്. പറയുന്നിടത്തല്ല വായന തറയ്ക്കുന്നിടത്താണ് കഥ പിറക്കുന്നത്. വളരുന്ന മലയാള ചെറുകഥകൾക്കിടയിൽ തല ഉയർത്തി നില്ക്കാൻ ത്രാണിയുള്ള കഥകളാണീ സമാഹാരത്തിൽ. ആഗോള ഗ്രാമമായി വളർന്ന ലോകത്തിൽ പ്രാദേശികത എന്ന വികാരം ചോദ്യം ചെയ്യപ്പെടും. നിലവിലുള്ളതിനെ ചങ്കുറപ്പോടെ ചോദ്യം ചെയ്യുമ്പോഴാണ് പുതുതായൊന്നു പിറക്കുന്നത്. കഥ പറയലിൽ പുതുവഴി തേടുന്ന കഥാകൃത്ത് അപൂർവ്വ സുന്ദരങ്ങളായ നിമിഷങ്ങളാണ് നിങ്ങൾക്കു പകരുന്നത്.

ചിന്ത പബ്ലിഷേഴ്സ്

ഉള്ളി ഡോട്ട് കോം

ഉള്ളി വിലക്കയറ്റം നിയന്ത്രിക്കുന്നതിന് നാഫെഡിന് ചുമതല. ഉറക്ക മുറിയുടെ ഓരം പറ്റിയുള്ള ശൗചക്കൊട്ടിലിൽ യൂറോപ്യൻ ക്ലോസെറ്റിന്റെ അലസസുഖത്തിൽ കാര്യം സാധിക്കവെ നിർമ്മൽ കുമാർ ഓൺലൈൻ വാർത്തയിൽ അലോസരപ്പെട്ടു. (മേല്പറഞ്ഞ അലസസുഖ നഷ്ടഭീതി യിൽ പത്രപാരായണം അയാൾ പണ്ടേ നിർത്തിയിരുന്നു) അള്ളങ്കോട്ട് പാറയുടെ വിസ്തൃതമായ തുറസ്സിൽ വെളിക്കിറങ്ങാനെത്തിയ നിർമ്മൽ കുമാറിനെ നാട്ടുകാർ ഒരാഴ്ചമുമ്പ് കൈയോടെ പിടികൂടിയിരുന്നു. പ്രശ്നം ഗ്രാമസഭയിൽ ചർച്ച ചെയ്യപ്പെട്ടു. നാട്ടിലെ പ്രമാണിയും സാംസ് കാരിക നായകനുമായ വ്യക്തി അങ്ങനെ ചെയ്യരുതായിരുന്നുവെന്ന് വിധി യെഴുതപ്പെട്ടു. നിർമ്മൽ കുമാറിന്റെ ജീവിതം സംഭവബഹുലമാണെന്ന് ഇപ്പോൾ ബോദ്ധ്യമായല്ലോ?

പ്രമാണി, സാംസ്കാരിക നായകൻ ഇതാദ്യ പേരുകളിൽ തുന്നപ്പെട്ട കുപ്പായത്തിൽ കരുവാക്കൈ ചെരുപ്പാടിയൻ മകൻ നിർമ്മൽ കുമാർ വീർപ്പുമുട്ടുകയും അത് മലബന്ധത്തിന് കാരണമാവുകയും ചെയ്തുവെന്ന താണ് വാസ്തവം. പണ്ട് ചുക്കിനും ചുണ്ണാമ്പിനും കൊള്ളാത്തവരെ പരി ഹസിക്കാൻ ഒരു ക്ലീഷേ വാചകമുണ്ടായിരുന്നു... നീ പോയി ഉള്ളിക്ക് തൂറിക്കൊടുക്കെടാ എന്ന്. മലബന്ധത്തിനുള്ള ഡൂൽകിലാക്സ് ഗുളി കയും കഴിച്ച് അതേക്കുറിച്ചോർത്ത് ചിരിച്ചുകൊണ്ട് അള്ളങ്കോട്ട് പാറയി ലിരിക്കവെയാണ് നാട്ടുകാർ നിർമ്മലിനോട് ഈ കടുംകൈ ചെയ്തത്. തന്റെ മൗലികാവകാശമായ പൗരസ്വാതന്ത്ര്യം ഹനിക്കപ്പെട്ടതിന് കോട തിയിൽ പോകാമെന്നു വെച്ചാൽ ഓമന മകൾ ആശാകുമാരിപോലും പറയും അപ്പന് വട്ടാണെന്ന്. ആയതിനാൽ ആ മനുഷ്യൻ നിസ്സഹായ നായി ജീവിച്ചുപോന്നു.

ഹോം പേജിലെ വാർത്താ ടൈറ്റിലിന് കീഴെ ഇത്തരം വാചകങ്ങൾ കാണുന്ന വായനക്കാരന് മിച്ചമാവുക സംശയം മാത്രമായിരിക്കും. വാർത്തകൾ ചുരുക്കി എഴുതുക എന്ന ഓൺലൈൻ രീതിയിൽ പണി അറിയാത്ത ലേഖകൻ വിളയാടിയപ്പോൾ വായനക്കാരന് അത് പണിയായി. അനന്തരം അയാൾ മൗസ് ക്ലിക്ക് ചെയ്തു.

എബൗട്ട് അസ്

പ്രസവിച്ചു കിടക്കുന്ന പശുവിന്റെ മറുവോള വീഴുന്നതും കാത്ത് ചെരുപ്പാടിയൻ പിർക്കിന്റെ കടിയും കൊണ്ട് കുത്തിയിരുന്നു. അന്നേരം കാലം പുലർച്ചെ മൂന്ന് മണി. പശു മറുവോള തിന്നാൽ പാലുണ്ടാവില്ല. പുത്തിലാങ്കോട്ടന്റെ ഓട്ടലിൽ പാല് കൊടുത്താലെ മകൻ നിർമ്മലിന് ഫീസ് കൊടുക്കാൻ പണം കിട്ടുകയുള്ളൂ. മാളികയിക്കര തമ്പ്രാന്റെ നിലവറയിൽ ചോര ഛർദ്ദിച്ച് ചത്ത പെണ്ണൊരുത്തി ചപ്പിലയുടെ ആശയാണ് നിർമ്മലിന്റെ പഠിപ്പ്. ബറോഡയിലുള്ള വല്യേഷ്മാന്റെ മോന്റെ പേരാണ് ചപ്പില മകനുമിട്ടത്.

കണ്ടത്തിൽ വെള്ളമൊഴുക്കാനുള്ള ഊവണിയുടെ മുക്കാലിൽ അച്ഛൻ കെട്ടിത്തൂങ്ങി ചത്തതിന്റെ പൊരുൾ നിർമ്മലിന് അറിയില്ലായിരുന്നു. ആരാന്റെ കണ്ടത്തിൽ വെള്ളമെത്താത്തതിനാൽ കർഷക തൊഴിലാളി എന്തിന് ആത്മഹത്യ ചെയ്യണം? നിർമ്മലിന്റെ അതേസംശയം. കാലമേറെ കഴിഞ്ഞ് മകൾ ആശകുമാരിയും ആവർത്തിച്ചു. എല്ലാവരും കാറിന്റെ അരികിൽനിന്ന് പടമെടുക്കുമ്പോൾ വല്യച്ഛനെന്തിനാ കലപ്പയും പിടിച്ച് ഫോട്ടോ എടുക്കുന്നത്. കേരളത്തിൽ പ്രശസ്ത ആർക്കിടെക്ട് പണി കഴിപ്പിച്ച വീടിന്റെ പൂമുഖത്ത് തൂക്കിയിട്ട ചെരുപ്പാടിയന്റെ എണ്ണച്ചായ ചിത്രം നോക്കിയായിരുന്നു മകളുടെ കമന്റ്.

ചെരുപ്പാടി അങ്ങനെയായിരുന്നു. നെല്ലിന് രാസവളമിടുമ്പോൾ കരയും. കമുകിന് മഹാളി വരുമ്പോൾ തളരും. തളിർത്ത പയർച്ചെടികൾക്കിടയിലൂടെ ചോണനുറുമ്പുകൾ വരിവരിയായി പോകുമ്പോൾ കൊച്ചുകുട്ടിയെപോലെ തുള്ളിച്ചാടും. പുല്ലാഞ്ഞിക്കാടുകൾ അതിരിട്ട കൈത്തോട്ടിൽ പുല്ലൻ ചെരുവിനെ മേൽമുണ്ട് കൊണ്ട് കോരിയിടുമ്പോൾ ചപ്പിലയെ പിന്നാലെ ചെന്ന് കാളക്കുട്ടനെപ്പോലെ ഭോഗിച്ചപ്പോഴാണ് നിർമ്മലിന്റെ ജനനംപോലും.

ന്യൂസ് പ്ലസ്

ആധുനിക മനുഷ്യൻ ഒളിഞ്ഞു നോട്ടത്തിൽ ആത്മരതി അനുഭവിക്കുന്നവരാണെന്നും അവൻ വാർത്തയിൽ തൃപ്തനല്ലെന്നും കാലിഫോർണിയ സർവ്വകലാശാലയിൽ പത്രപ്രവർത്തനം പഠിച്ച ന്യൂസ് എഡിറ്റർ പ്രസ്താവിച്ചു. അങ്ങനെ ഉള്ളി ഡോട്ട് കോമിൽ ന്യൂസ് പ്ലസ് അഥവാ വാർത്തയ്ക്കുമപ്പുറം രൂപംകൊണ്ടു. സ്വീകരണമുറിയിൽ ആൽമരത്തിന്റെ ബോൺസായി ഒരുക്കി ആശകുമാരി. അതും ചെരുപ്പാടിയന്റെ ചിത്രത്തിന്

കീഴെ. വാഴക്കന്നിന്റെ മുഴുപ്പും, വലുപ്പവും നോക്കി വാഴക്കുലയുടെ തൂക്കം പറയുന്ന ചെരുപ്പാടിയൻ എങ്ങനെ സഹിക്കുമീ ഹ്രസ്വ ജന്മത്തെ... ആശകുമാരിയുടെ ആൺകൂട്ടുകാരൻ അവൾ വയസ്സറിയിച്ചപ്പോൾ കൊടുത്തതാണ് ഈ സമ്മാനം. അന്ന് വാലന്റൈൻസ് ദിനമായിരുന്നത്രെ. പ്രണയത്തെ അബോർട്ട് ചെയ്ത് ബോൺസായി ആക്കിയ കാമുകന് സ്തുതി.

ആർക്കൈവ്സ് ചെരുപ്പാടിയൻ

കർഷകൻ. അറുപതാം വയസ്സിൽ മരണം. വെള്ളം നനയ്ക്കാൻ ഉപയോഗിക്കുന്ന ഓവണിയുടെ മുക്കാലിയിൽ തൂങ്ങി മരിച്ചു. ആത്മഹത്യയോ രക്തസാക്ഷിത്വമോ? യഥാർത്ഥ ചരിത്രകാരന്മാർ അന്വേഷിച്ചു കൊണ്ടേയിരുന്നു. ചില മിടുക്കന്മാർ അതിനിടയിൽ ഡോക്ടറേറ്റും സമ്പാദിച്ചു.

ചപ്പില

ചെരുപ്പാടിയന്റെ ഭാര്യ. സ്ത്രീത്വത്തിനെതിരായ പീഡനങ്ങളെ ചെറുത്ത് ജന്മിയുടെ നിലവറയിൽ ചോര ഛർദ്ദിച്ചു മരിച്ചു. നിരവധി പേരുടെ കാമാസക്തിക്ക് പാത്രമായെങ്കിലും സ്മാർത്ത വിചാരം ചെയ്യപ്പെട്ടില്ല. അതിനാൽ ഫെമിനിസ്റ്റുമായില്ല.

നിർമ്മൽ കുമാർ

ചെരുപ്പാടിയൻ - ചപ്പില ദമ്പതികളുടെ മകൻ. വിദേശ സർവ്വീസിൽ നിന്നും പെൻഷൻ പറ്റി. നാട്ടിൽ കൃഷിക്കാരനും സാംസ്കാരിക നായകനും.

ഭാര്യ

അവൾക്ക് നാമമോ പ്രസക്തിയോ ഇല്ല. കാരണം നിർമ്മൽ കുമാറിന്റെ അടിവസ്ത്രം കഴുകുന്നതിലും കിടക്കവിരി ഒരുക്കുന്നതിലും വ്യാപൃതയായി കാലം കഴിച്ചു.

ആശകുമാരി നിർമ്മൽ കുമാറിന്റെ മകൾ. വിവരസാങ്കേതികവിദ്യയിൽ ബിരുദാനന്തരബിരുദം. ബാംഗ്ലൂരിൽ ഹാർഡ് വർക്ക് ആന്റ് ഹാർഡിലെ ഹാങ്ഔട്ട് പോളിസിയിൽ ജീവിതം. ബാങ്ക് ബാലൻസ് ഭീമം. ശരീര ബാലൻസ് അഴകളവുകൾക്ക് സമം.

ഹോം പേജ്

വാർത്ത. ഉള്ളി വിലയിൽനിന്ന് ഏകകക്ഷി ഭരണത്തിലേക്ക്. ഏകകക്ഷി ഭരണം ഇന്ത്യക്ക് നന്ന് - രാഹുൽഗാന്ധി. ഇടതുപക്ഷം വഴിപിരിഞ്ഞ യു പി എയ്ക്ക് ഉള്ളിവില നിയന്ത്രിക്കാനായില്ല. ബി ജെ പിക്ക് ഹർത്താൽ നടത്താനായില്ല. പ്രകാശ് കാരാട്ടിന് വേറിട്ടൊന്നും പറയാനില്ല. നെഹ്റു കുടുംബത്തിന്റെ പിന്മുറക്കാരൻ ഉള്ളിയെപ്പോലെ എല്ലാം സ്വന്തം കാണ്ഡത്തിൽ ശേഖരിച്ച് വീർത്തുരുണ്ട് ഏകകക്ഷിയായി അന്ന

ഭരണം എന്ന മോഹം പുറന്തള്ളി.

പരേതാത്മാക്കളായ ചെരുപ്പാടിയൻ ചപ്പിലയും ബോൺസായിയെ പ്രണയിക്കാൻ തുടങ്ങി. നിർമ്മൽ കുമാർ അസ്വസ്ഥ ജന്മത്തിന് പരിഹാരമായി പ്രമുഖ ട്രാവൽ കമ്പനിയുടെ സ്പോൺസർഷിപ്പിൽ ഹിമാലയം കയറാനിറങ്ങി. ആശകുമാരിക്ക് രാഹുലിനേയും ഏകകക്ഷി ഭരണത്തേയും വിശ്വാസമായിരുന്നു. അവൾ അമേരിക്കൻ കമ്പനിയുമായി ഗർഭസ്ഥ ശിശുവിന്റെ ഭാവി നിർണ്ണയിക്കാനുള്ള സോഫ്റ്റ്‌വെയർ കരാർ ഒപ്പിട്ടു.

വാൽക്കഷണം (ന്യൂസ് എഡിറ്റർ ചവറ്റു കൊട്ടയിലിട്ടത്)

കണ്ണാന്തളിയുടെ രതി നഷ്ടം

ജെ സി ബികൾ നിരത്ത് കൈയേറുകയും കുന്നുകൾ സമതലമാവുകയും ചെയ്തപ്പോൾ പൂമ്പാറ്റകളെങ്ങോട്ടോ ഓടിയൊളിച്ചു. പ്യൂപ്പയും ലാർവയും നാലാം ക്ലാസിലെ പാഠപുസ്തകത്തിലെ ചിത്രങ്ങൾ മാത്രമായി. പുറംപൊടിയുണ്ടായെങ്കിലും പരാഗണമുണ്ടായില്ല. കാറ്റിൽ വല്ലപ്പോഴുമെത്തുന്ന പരാഗരേണുവിനെ ഏറ്റുവാങ്ങി കണ്ണാന്തളി അസംതൃപ്തമായ ലൈംഗിക ജീവിതം നയിച്ചു. അവൾ ആരെയും ശപിച്ചില്ല. കാരണം പ്രകൃതിസിദ്ധമായ നന്മയെന്ന് ലേഖകൻ. ന്യൂസ് എഡിറ്റർ പറഞ്ഞു: ഇതിൽ കാര്യമോ കൗതുകമോ ഇല്ല. അതുകൊണ്ട് ഹ്യൂമൻ ഇന്ററസ്റ്റിങ് സ്റ്റോറി പോലുമാകില്ല. നിനക്ക് പോകാം ചവറ്റുകൊട്ടയിലേക്ക്.

ആസ്വാദനം

ചുമരിൽ കൊളുത്തിയിട്ട കണ്ണാടിയിലേക്ക് എത്തി നോക്കി. ജാനറ്റ് നെറുകെയിലെ സിന്ദൂരം ഒന്നുകൂടി ശരിയാക്കിയെടുത്തു. കൂടെ കിടന്ന സിമ്രാന്റെ ശബ്ദം അവൾ കേട്ടില്ലെന്നു നടിച്ചു.

"എന്തോന്നാടി കോപ്പേ ചെവികേൾക്കില്ലേ?"

ധൃതിയിൽ ചലിക്കുന്ന ശരീരത്തിൽനിന്നും ജാനറ്റ് പറഞ്ഞു.

"ഞാൻ... വെറുതെ ഒന്ന് പുറത്തേക്ക്..."

"കൂടെ?"

"ആരുമില്ല."

"ഉും.... അതെന്താ.... പതിവില്ലാതെ ഒറ്റയ്ക്കൊരു സഞ്ചാരം."

കോറിഡോറിലെത്തിയ ജാനറ്റ് വാതിൽ ചാരിനിന്നു. കൈയിലെ പ്ലാസ്റ്റിക് കവർ പുറകിലേക്ക് മാറ്റിപ്പിടിച്ചു.

അരിശം നിറഞ്ഞ മുഖത്തോടെ കട്ടിലിൽ എഴുന്നേറ്റിരുന്ന സിമ്രാന്റെ നോട്ടം അവളിൽ പതിച്ചുനിന്നു.

"ഞാൻ ഇവിടെ വരയേ പോകുന്നുള്ളു"

"അതല്ലേടി ഞാനും ചോദിച്ചത്... എവിടെയാണ് ഈ ഇവിടം."

"വൈറ്റൽ റിയാലിറ്റി"

കിടക്കയിൽ മുഷ്ടി ചുരുട്ടിയിടിച്ച് സിമ്രാൻ തല ഇളക്കി ചിരിച്ചു. അത് ഇടനാഴിയിലൂടെ ചിന്നിച്ചിതറി ഓരോ വാതിലിലും തട്ടിയുണർത്താൻ തുടങ്ങി. അത് ഭയന്ന് ജാനറ്റ് അകത്ത് കയറി വാതിലടച്ചു.

ചിരിയുടെ ക്ലൈമാക്സിൽ സിമ്രാന്റെ കണ്ണുകൾ നിറഞ്ഞു. അവളത് അമർത്തിത്തുടയ്ക്കുമ്പോൾ തല താഴ്ത്തി ജാനറ്റ് അവളെയുരുമ്മി നിന്നു.

ഒരുമിച്ച് ജീവിക്കാൻ തീരുമാനിച്ചതിന്റെ മൂന്നാംദിനം ഓവർബ്രിഡ്ജി

നടിയിലൂടെ നടക്കവെ; ശരീരഭാഗങ്ങൾ ഒന്നും പറിഞ്ഞുപോകുന്നില്ലെന്നതിൽ ജാനറ്റ് ആശ്വസിച്ചു. ആനയുടമകളുടെ സംസ്ഥാന സമ്മേളനത്തിന്റെ ഫ്ളെക്സിൽ നാട്ടിലെ പ്രശസ്തനായ അച്ഛന്റെയും മകന്റെയും ചിത്രം നോക്കവെ സിമ്രാൻ അവളുടെ ശ്രദ്ധയെ മറ്റൊരിടത്തേക്ക് ആകർഷിച്ചു.

"ദി കോണ്ടം ഷോപ്പ്"

തലസ്ഥാന നഗരിയും റോയലിൽനിന്നും മെട്രോവല്ക്കരിക്കപ്പെടുന്നു.

നഗരത്തിൽ പുതിയതായതിനാൽ ജാനറ്റ് നാണിച്ചു. റോഡ് മുറിച്ച് കടക്കവെ എതിർവശത്തെ ബിൽഡിങ്ങിലെ ഓരോ ബോർഡിലും അവളുടെ കണ്ണുകൾ പരതിക്കൊണ്ടിരുന്നു... കാഴ്ചകൾ അവൾക്ക് പുതുമയാണ്. അവളൊരു പുതുമുഖമാണല്ലോ... അനന്തപത്മനാഭന്റെ മണ്ണിൽ. നിർത്തിയിട്ടിരിക്കുന്ന കാറുകൾക്കിടയിലൂടെ മുന്നോട്ട്. ആ ബോർഡും അതിനു താഴെയുള്ള കടയും കണ്ടത്... മുൻപിൽ നടക്കുന്ന സിമ്രാന്റെ കൈകളിൽ അവൾ ബലമായി പിടിച്ചു.

"ഞാൻ വരില്ല."

"അതെന്താ?"

ഗ്ലാസ് വാതിലുകൾക്ക് പുറകിലെ മാനിക്യൂനുകളെ അവൾ ഇടം കണ്ണിൽ ചൂണ്ടിക്കാട്ടി....

"ഓ പിന്നെ കടകളിലൊക്കെ... ബുർഖയണിഞ്ഞ പെണ്ണുങ്ങളെ നിർത്താം.... ഒന്നു പോടി..."

കടയിലേക്ക് ചാടിക്കയറിയ സിമ്രാനെ അനുഗമിക്കാതെ നിവൃത്തിയില്ലാതായി ജാനറ്റിന്. ഡിസ്പ്ലേ ചെയ്ത വകകളിലേക്ക് തിരിഞ്ഞു. തിരക്കു കുറവായിരുന്ന കടയിലെ സേവനത്തിനായി നില്ക്കുന്നവരെല്ലാം ആണുങ്ങളായിരുന്നു. ഇളംനീല ജീൻസും വെളുത്ത ഷർട്ടും ധരിച്ച അവർക്ക് കണ്ണുതട്ടാതിരിക്കാനെന്നപോലെ ക്യാഷ് കൗണ്ടറിൽ പെൺ സാന്നിദ്ധ്യമുണ്ടായിരുന്നു.

ഡിസ്പ്ലേ ബോർഡിലേക്ക് കൈചൂണ്ടി സിമ്രാൻ ചോദിച്ചു.

"ആ മെറൂൺ ലെയ്സ് വച്ചതിന് എത്രയാ...?"

"മുന്നൂറ്റൻപത്"

"അതിന്റെ 34 ബി. വേറെ കളറുകൾ ഉണ്ടെങ്കിൽ അതും കൂടി."

ഷെൽഫിൽ തിരയവെ സെയിൽസ്മാൻ ചോദിച്ചു.

"മാഡം.... 32 ബി പോരെ....?"

ഹണിമൂൺ ശേഖരത്തിൽ തറച്ചുനിന്നിരുന്ന അവളുടെ ശ്രദ്ധ ആ ഒറ്റച്ചോദ്യത്തിൽ വേർപെട്ടുപോയി.

"എന്താ...?"

"അല്ല സൈസ് 32 ബി പോലെ....?"

തന്നെക്കാൾ അഞ്ചാറു വയസ്സ് കുറവുള്ള അവന്റെ നോട്ടം ശരീരത്തിന്റെ അസ്ഥാനത്തേക്ക് നീളുന്നത് അവളറിഞ്ഞു.

"ഫിദൽ"

അവൾ അവന്റെ നെയിംപ്ലേറ്റ് നോക്കി മനസ്സിൽ വായിച്ചു.

"പോരാ.... മോനെ 34 സി തന്നെ വേണം."

ഉത്തരം അവന്റെ മുഖത്ത് ചുളിപ്പുകൾ വീഴ്ത്തി. അത് ആസ്വദിക്കാനാണ് അവൾ ജാനറ്റിനെ തിരഞ്ഞത്. അത്ഭുതലോകത്തിലെത്തിയ ആലീസിനെപ്പോലെയുള്ള അവളുടെ അവസ്ഥ സിമ്രാനിൽ ചിരിയുണർത്തി.

"നിനക്കെന്തുപ്പറ്റി മുഖം വീർപ്പിക്കാൻ."

"നീ വേറെ ഷോപ്പൊന്നും കണ്ടിട്ടില്ലേ? എല്ലാം ആണുങ്ങൾ മാത്രം... ഓരോന്നിന്റെ നോട്ടം കണ്ടാൽ മതി."

"മേഡം...."

ഫിദൽ ആണ്.

ഓരോരോ ആവശ്യങ്ങൾക്കായി ഫിദലിനെ വട്ടം കറക്കുകയാണ് സിമ്രാൻ. ജാനറ്റിന് അടിമുടി പെരുത്ത് വന്നു. എങ്കിലും ഫിദലിനെ അവളുടെ കണ്ണുകൾ അളന്നു കൊണ്ടേയിരുന്നു. അവനതു മനസ്സിലാവുകയും ചെയ്തു.

ബില്ലിങ്ങിനും പാക്കിങ്ങിനുമിടയിലുള്ള സമയം സിമ്രാൻ അവളെ മറ്റൊരു രംഗം കാട്ടിക്കൊടുത്തു.

തന്റെ പെണ്ണിനുവേണ്ടി വാങ്ങാനെത്തിയ ചെറുപ്പക്കാരനെ ചൂണ്ടി അവൾ ചിരിക്കാൻ തുടങ്ങി.

"കണ്ടോടി...? ആ സെയിൽസ്മാനെ കവർ തുറക്കാൻപോലും അയാൾ അനുവദിക്കുന്നില്ല.... അതിൽ മറ്റാരുടെയും കൈവിരൽ പതിയുന്നതുപോലും അയാൾക്കിഷ്ടമല്ല."

അയാളുടെ ചേഷ്ടകൾ ജാനറ്റിലും ചിരി പടർത്തി.

ബില്ലുംകൊണ്ട് അവരുടെയടുത്തെത്തിയ ഫിദൽ ജാനറ്റിനെ നോക്കി ചോദിച്ചു.

"മാഡത്തിനൊന്നും വേണ്ടേ?"

"ങാ, ഞാനതുമറന്നു... നിനക്ക് വേണ്ടേ?"

"വേണ്ട..." ജാനറ്റ് കൗണ്ടറിലേക്ക് നടന്നു... പിന്നെ എന്തോ ഓർത്തപോലെ പറഞ്ഞു.

"ഇപ്പോൾ വേണ്ട. നേരം വൈകി."

ഹോസ്റ്റൽ മുറിയിൽ കൂട്ടുകാർ ഫിദലിനു ചുറ്റുമിരുന്നു... ഓൾഡ് പോർട്ട് റമ്മിന്റെ മണവും ഫിൽറ്റർ സിഗററ്റിന്റെ ഗന്ധവും ഏവനിലും മനം പുരട്ടലുണ്ടാക്കി.

"എടാ.... ഇന്ന് നിന്റെയടുത്ത് കിടിലൻ ചരക്ക് വന്നില്ലേ.... വെളുത്ത് മെലിഞ്ഞ്.... അഴകളവുകളൊത്ത്.... അവളിവിടെ പുതിയതെന്നാ തോന്നുന്നത്.... കൂടെവന്നവൾ സ്ഥിരം കസ്റ്റമറാ... ടെക്നോപാർക്ക് കക്ഷി...."

അവർ അന്നുവന്നവർ ഓരോരുത്തരെയായി അളന്നുതൂക്കാൻ തുടങ്ങി. കൂട്ടത്തിൽ ചേരാതിരിക്കാനായി അവനുറങ്ങാൻ കിടന്നു. എപ്പോഴോ വന്ന ഉറക്കത്തിൽ മരുഭൂമിയിലൂടെ വെള്ളം കിട്ടാതെ അലയു

ന്നതും ഭ്രാന്തിയായി വീടുവിട്ടിറങ്ങിയ അമ്മ മുലപ്പാൽ നല്കുന്നതായും സ്വപ്നം കണ്ട് അവൻ ഇടയ്ക്കിടെ ഞെട്ടിയുണർന്നു.

ബാത്റൂമിന്റെ വാതിൽ തുറക്കുന്നതും ആരുടെയോ ശ്വാസോച്ഛ്വാസങ്ങൾ... രതിമൂർച്ഛയിലെത്തുന്നതും അവനറിഞ്ഞു. പിന്നെ വീണ്ടും വാതിലടയ്ക്കുന്നതുവരെ മൂടിപ്പുതച്ചുകിടന്നു. അപ്പോഴും ജാനറ്റിന്റെ അളവൊത്ത ശരീരം, അവനുമാത്രമായി കാത്തിരിക്കുന്നതായുള്ള തോന്നൽ... ജ്വലിച്ച ചിന്തയായി... പടർന്നുനിന്നു.

പഴയ ഓർമ്മകളിൽ നിന്നുണർന്ന സിമ്രാൻ പറഞ്ഞു... "ജാനറ്റ് ഞാനും വരാം..." അവൾ അപ്പോഴേക്കും കട്ടിലിൽ നിന്നുമിറങ്ങി. ദേഹശുദ്ധി വരുത്തി... ജാനറ്റിന്റെ മണവും ചുംബനങ്ങളുടെ ചൂടും നഷ്ടമാവുമെന്നറിഞ്ഞും അവളത് ചെയ്തത്... ജാനറ്റിനുവേണ്ടിയായിരുന്നു... അവൾ ഇന്നും പഴഞ്ചനാണ്.... ഉണർന്നെണീറ്റാൽ കുളിച്ചു... പൊട്ടുതൊടണം....

"വേണ്ട... ഞാൻ പോകാം... എത്രയോ തവണ നിനക്കൊപ്പം ഞാനും അവിടെ വന്നിരിക്കുന്നു... ഇന്ന് എനിക്കായ് ഞാൻ അവിടെ പോവാമെന്നേ...."

"വേണ്ട.... ജാനറ്റ്.... ഞാനും വരാം...." പക്ഷേ, ജാനറ്റ് ഇറങ്ങി നടന്നിരുന്നു....

"എന്താ.... ഇവിടെനിന്നും ഒന്നും വാങ്ങാത്തത്.... എന്നും കൂട്ടുകാരിക്ക് തുണവരികയേയുള്ളൂ...."

ആദ്യമായാണ് ഫിദൽ അവളോട് സംസാരിക്കുന്നത്. അവന്റെ നോട്ടം അവളുടെ ശരീരത്തെ.... അളന്നെടുത്തിട്ടുണ്ടെങ്കിലും....

"ദേ... കൂട്ടുകാരി എത്തിയല്ലോ...?" ഒന്നും പറയാനാകാതെനിന്ന അവളെ രക്ഷിച്ചതും ഫിദൽ ആയിരുന്നു.

ദേഷ്യം കലർന്ന മുഖത്തോടെ സിമ്രാൻ അവൾക്കരികിലെത്തി....

ഫിദൽ മനസ്സു തുറക്കാനാകാതെ വിമ്മിട്ടനായി. ഒരു ശലഭമായി ജാനറ്റിനെ വലംവയ്ക്കാൻ അവൻ മോഹിച്ചു. അവന്റെ വിരലുകൾ... കബോഡുകളിൽ ചലിച്ചു.... നിറങ്ങൾ.... അഴകളവുകൾക്കനുസൃതമായി നൃത്തം വച്ചു.

കൗണ്ടർ മേശയിൽ.... അടിവസ്ത്രങ്ങൾ.... വർണ്ണരാജി തീർത്തു....

"വേറെ ഏതെങ്കിലും തരമാണോ വേണ്ടത്...."

ഒന്നും പറയാതെ നില്ക്കുന്ന ജാനറ്റിനോട് ഫിദൽ ചോദിച്ചു.

സിമ്രാന്റെ മുഖമാണ് ഇപ്പോൾ വിളറിയത്. ജാനറ്റ് ഉറച്ച സ്വരത്തിൽ പറഞ്ഞു.

"പാഡ് ആണ് വേണ്ടത്.... പോസ്റ്റ് സർജറി"

ജാനറ്റ് അതുപറയവേ അരുതാത്തത് കേട്ടപോലെ അവൻ ഞടുങ്ങി.

പുഞ്ചിരിച്ചുകൊണ്ട് അവൾ പറഞ്ഞു.

"സൈസ് 30."

ഇപ്പോൾ വരാം എന്ന ആംഗ്യത്തോടെ അവൻ അകത്തേക്ക് പോയി.

അകലെ പുതുമണവാളൻ പുതുമണവാട്ടിക്ക് ഏറ്റവും സുന്ദരമായത് സെലക്ട് ചെയ്യുകയാണ്. മണവാട്ടിയുടെ കവിളിൽ നാണം പ്രകാശം പരത്തുന്നു. അത് കറുത്ത തട്ടവും കടന്ന് കടയാകെ നിറഞ്ഞു.

വാതിൽ തുറക്കവേ... അവൻ അങ്ങോട്ട് തിരിഞ്ഞു...

"ആവശ്യക്കാർ കുറവായതിനാൽ ഇവിടെ വയ്ക്കാറില്ല."

ഫിദൽ ക്ഷമാപണസ്വരത്തിൽ പറഞ്ഞു. ജാനറ്റ് അവനൊരു പുഞ്ചിരി തിരികെ നല്കി. അപ്പോഴും ഫിദൽ സംശയാലുവായിരുന്നു.

തനിക്ക് ഇഷ്ടപ്പെട്ടത് തിരഞ്ഞെടുത്ത് ബില്ലടച്ചശേഷമേ ജാനറ്റ് സിമ്രാനെ നോക്കിയുള്ളൂ. അന്ന് ഹോസ്റ്റൽ മുറിയിലെത്തുംവരെ മൗന മായിരുന്നു അവരുടെ ഭാഷ. പാചകവും കുളിയും പതിവ് തമാശകളും മുടക്കമില്ലാതെ തുടർന്നു... തങ്ങൾക്ക് എങ്ങനെ ഇതുപോലെ പെരുമാ റാൻ പറ്റുന്നുവെന്ന് അവൾ അതിശയിച്ചു.

എന്നിട്ടും ഒരേ കിടക്കയിൽ ഉറങ്ങാൻ കിടക്കവേ... ഉള്ളിലെ വിങ്ങൽ അവർ രണ്ടാളും ഒരുപോലെ തിരിച്ചറിഞ്ഞു. അത് അവരുടെ ഉറക്കം കെടു ത്തുകതന്നെ ചെയ്തു. പിന്നെയും ആരുടെയോ ഉറക്കം അന്നത്തെ രാവ്, മോഷ്ടിച്ചെടുത്തു. അത് അവർ രണ്ടുപേരുടെയും മാത്രമായിരുന്ന രഹസ്യം പങ്കിട്ടെടുത്തവരുടേതായിരുന്നു.

ഞാൻ

"നദിയേതാണ് ഗംഗയല്ലേ?" "അല്ല ഫുൽഗു. ഗംഗയുടെ കൈവഴിയാണ്." അയാൾ പറഞ്ഞു. "അപ്പുറത്ത് കണ്ടോ... അവിടെയാണ് രാമനും ലക്ഷ്മണനും പിതാവിന് ബലിതർപ്പണം നടത്തിയത്." മദ്യപാന സദസ്സിനൊടുവിൽ തോന്നിയ ഉൾവിളിയാൽ ഇന്ത്യൻ റെയിൽവേയുടെ ഭാരതദർശൻ യാത്രയ്ക്ക് ഇറങ്ങിപ്പുറപ്പെട്ട എന്നെ വിടാതെ പിന്തുടരുകയാണ് രാമചന്ദ്രൻ എന്ന സഹയാത്രികൻ.

"നിങ്ങൾ രാജേഷ് ബാബു തന്നെ. നെരൂദയെ ആരാധിച്ചിരുന്ന... അതേ ഭാഷയിൽ കവിതകളെഴുതിയിരുന്ന എസ് എഫ് ഐക്കാരൻ."

"അല്ല, ഞാൻ പാലാക്കാരൻ ജോസഫാണ്. പത്രം പോലും വായിക്കാത്ത സെക്രട്ടേറിയറ്റ് ഗുമസ്തൻ."

രാമചന്ദ്രൻ അത് വിശ്വസിച്ചില്ല.

"എന്താടാ... നീ ഇങ്ങനെ..." അവൻ പരിഭവിച്ചു.

മറ്റൊരു ദിവസം ബേക്കറി ജങ്ഷനിലെ ബിവറേജസ് ക്യൂവിൽ നില്ക്കവേയാണ് അകത്തെ സെയിൽസ്മാന്മാരിൽ ഒരാൾ പുഞ്ചിരിയോടെ ഇറങ്ങി വന്നത്.

"ഞാൻ മുരളീധരൻ. സാറിന്റെ നോവൽ വായിച്ചിട്ടുണ്ട്. അത് സിനിമയാക്കാൻ പോകുന്നു എന്ന് കേട്ടു."

"നിങ്ങൾക്ക് ആളുതെറ്റിയതാ. എന്റെ പേര് ജോസഫ്. ക്ലാർക്കാണ്" - ഞാൻ വിശദീകരിച്ചു.

"ഏയ്... സാറിന്റെ തമാശ. ബ്രാൻഡ് പറ... സാറ് ക്യൂവൊന്നും നില്ക്കേണ്ട."

എന്റെ മനസ്സ് വായിച്ചെടുത്തപോലെ അയാൾ 8 പി എം വിസ്കി പൊതിഞ്ഞു നല്കി. പണം വാങ്ങാൻ കൂട്ടാക്കിയതുമില്ല.

പിന്നീട് ഫേസ്ബുക്കിൽ അനുശ്രീ വർമ്മയുടെ പ്രണയകവിതകൾ എന്റെ ഇൻബോക്സിൽ നിറയവെയാണ് ഞാനും അത് ആലോചിച്ചത്.

ഞാൻ ആരാണ്...?

"മീശയാൽ കുസൃതികാട്ടാത്ത പുരുഷനെ ചുംബിക്കുന്നത് ഉപ്പില്ലാതെ കോഴിമുട്ട കഴിക്കുന്നതുപോലെയാണ്."

എന്ന് അവൾ എഴുതിയപ്പോൾ റുഡ്യാർഡ് കിപ്ലിങ്ങിന്റെ വികലമായ അനുകരണമെന്ന് ഞാൻ പുച്ഛിച്ചു. ശേഷം അവളെ അൺഫ്രണ്ട് ചെയ്തു. എന്റെ സന്തോഷം അധികം നീണ്ടില്ല. വീണ്ടും ഫ്രണ്ട് റിക്വസ്റ്റിനാൽ അവൾ എന്നിലേക്ക് തിരിച്ചെത്തി.

എന്റെ സംശയം ഇരട്ടിച്ചു.

ഞാൻ ആരാണ്?

യഥാർത്ഥത്തിൽ ഞാൻ ജോസഫ്. അല്ല. അവർ മൂന്നുപേരും രാമചന്ദ്രനും മുരളീധരനും അനുശ്രീ വർമ്മയും പറഞ്ഞതിൽ ചില സത്യങ്ങളുണ്ട്.

സഞ്ചാരി

ഞാൻ കടന്നുപോയിട്ടുള്ള പട്ടണങ്ങളിൽനിന്നും വ്യത്യസ്തമായ സ്ഥലമായിരുന്നില്ല ബെല്ലാരി. പത്രങ്ങളിലെ രാഷ്ട്രീയ വാർത്തകളിൽ നിറഞ്ഞുനിന്ന പേര് എന്നതിനു പുറമെ സായി ഭക്തനായ സുഹൃത്ത് ബാബയുടെ പുനരവതാരം നടക്കുമെന്ന് പ്രവചിച്ച സ്ഥലവും ബെല്ലാരി യായിരുന്നു. പക്ഷേ, ഇതൊക്കെ സ്റ്റേഷനിലിറങ്ങിയ ശേഷമാണ് ഞാൻ ഓർത്തതും. കാരണം ട്രെയിനിലെ അസുഖകരമായ അവസ്ഥയാണ് എന്നെ അവിടെയിറക്കിയത്. പൊടുന്നനെ ശ്രദ്ധയിൽപ്പെട്ട ഹോട്ടൽ ലക്ഷ്യ മാക്കി ഞാൻ നടന്നു.

റിസപ്ഷനിൽ ഒരു സ്ത്രീ ഇരിക്കുന്നുണ്ട്. അവൾക്ക് എന്നെക്കാളും ചെറുപ്പമായിരുന്നു. അവൾ നിവർന്ന് എന്നെ നോക്കി പുഞ്ചിരിച്ചു.

"മുറിയാണോ നിങ്ങൾക്ക് വേണ്ടത്" - അവൾ ചോദിച്ചു.

"അതെ"

"വരൂ"

അവൾ എന്നെ മുകളിലേക്ക് നയിച്ചു. പിന്നെ പഴമയുടെ മണമുള്ള ഇരുണ്ട ഇടനാഴിയിലൂടെയും.

"നിങ്ങൾക്ക് ഭാഗ്യമുണ്ട്. നാളെ ക്വാറികളുടെ ലേലം വിളിയാണ്. മുതലാളിമാരുടെ ശിങ്കിടികളെ പാർപ്പിച്ചിരിക്കുകയാണ്. ഇതൊഴികെ എല്ലാം അവർ എടുത്തിരിക്കുകയാണ്."

അവൾ സംസാരത്തിനിടയിൽ മുറി തുറന്നു. ഞാൻ അകത്ത് കയറി ബാഗ് താഴെ വച്ചു. ഒരു മേശയും കസേരയും കിടക്കയും അല്ലാതെ അവിടെ മറ്റൊന്നുമുണ്ടായിരുന്നില്ല.

"ടോയ്‌ലറ്റും കുളിമുറിയും ഇടനാഴിയുടെ വലത്തേ അകത്താണ്." അവൾ പറഞ്ഞു. ശേഷം മുറ്റത്തേക്ക് മുഖം തിരിച്ച് നില്ക്കുന്ന ജനൽ

തുറന്നു. ഒരു പത്തുവയസ്സുകാരൻ അവിടെ ഗോട്ടി കളിക്കുന്നു.

"എന്റെ മകൻ" അവൾ പറഞ്ഞു. കിടക്കയിലെ ഷീറ്റുകൾ മാറ്റി വിരിച്ചു.

"ഇഷ്ടപ്പെട്ടുവെന്ന് വിശ്വസിക്കുന്നു. വിശപ്പുണ്ടെങ്കിൽ മാർക്കറ്റിലൂടെ അരകിലോമീറ്റർ നടന്നാൽ ഒരു തട്ടുകട കാണാം... ഇടതുവശത്തായി..."

"താങ്ക്സ്" ഞാൻ പറഞ്ഞു.

അവൾ പോയി.

ഞാൻ ഷൂസ് ഊരി കിടക്കയിൽ കിടന്നു. രാത്രിയായി. ലൈറ്റ് തെളിച്ച് വായിക്കാനായി പുസ്തകമെടുത്തു.

"ശാസ്ത്രലോകത്തെ അതുല്യ പ്രതിഭ ആൽബർട്ട് ഐൻസ്റ്റീൻ, ശാസ്ത്രത്തിന്റെ പരിധിപ്പുറം കണ്ട വിസ്മയ നിമിഷത്തിൽ ഇങ്ങനെ പറഞ്ഞു - "നമുക്ക് അനുഭവിക്കാൻ കഴിയുന്ന ഏറ്റവും മനോഹരമായ വസ്തു നിഗൂഢതയാണ്. ഇതാണ് യഥാർത്ഥമായ എല്ലാ കലയുടെയും എല്ലാ ശാസ്ത്രത്തിന്റെയും സ്രോതസ്സ്. ഈ നിഗൂഢതയിൽ വിസ്മയം കൊള്ളാനോ അത്ഭുത സ്തബ്ധനാവാനോ കഴിയാത്തവൻ ജഡതുല്യനാണ്. അന്ധനാണ്."

വാക്യങ്ങൾ അർത്ഥം ജനിപ്പിക്കാത്തതിനാൽ ഞാൻ പുസ്തകം മടക്കിവച്ച് പുറത്തേക്കിറങ്ങി.

റിസപ്ഷനിൽ അവളെ വീണ്ടും കണ്ടു. ഇപ്പോൾ അവൾ തൂവെള്ള വസ്ത്രമാണ് അണിഞ്ഞിരിക്കുന്നത്.

"ഞാൻ നടക്കാനായി പുറത്തേക്കിറങ്ങുകയാണ്" - അയാൾ പറഞ്ഞു.

"താക്കോൽ ഇവിടെ ഇട്ടേക്കു..."

ഞാൻ അത് അവൾക്ക് കൊടുത്തു. അവളത് ആണിയിൽ തൂക്കി.

പൂർണ്ണ നിലാവുണ്ടായിരുന്നു. നക്ഷത്രങ്ങൾ ചിതറി നില്ക്കുന്നു. തണുത്തകാറ്റ്. ക്വാറികളിൽനിന്നും മടങ്ങുന്ന തൊഴിലാളികളുടെ വിയർപ്പ് കാറ്റിനൊപ്പം സഞ്ചാരം തുടരുന്നു. ചോളവയലിനരുകിലെത്തുംവരെ ഞാൻ ലക്ഷ്യമില്ലാതെ നടക്കുകയായിരുന്നു. ഒരു സിഗരറ്റ് കത്തിച്ചു. പുക തൊണ്ടയിൽ കുടുങ്ങി. ഞാൻ തിരികെ നടന്നു.

റിസപ്ഷനിൽ അവൾ ഇല്ലായിരുന്നു. ആണിയിൽനിന്നും താക്കോലെടുത്ത് പടികൾ കയറി. കിടക്കയിൽ ഉറങ്ങാതെ കിടന്നു. താഴത്തെ മുറികളിൽനിന്നും മദ്യപാനാഘോഷത്തിന്റെ ആരവങ്ങൾ മുഴങ്ങി. എപ്പോഴോ ഉറങ്ങി.

രാവിലെ ഉണർന്നെഴുന്നേറ്റ് ഉറക്കത്തിൽവന്ന സ്വപ്നങ്ങളെ വിശകലനം ചെയ്യാൻ പറ്റാതെ ഞാൻ കുഴങ്ങി. കുഴയ്ക്കുന്ന ചില ചിത്രങ്ങൾ മാത്രം എന്നിൽ ശേഷിച്ചു.

കുളിമുറിയിലെ തിരക്കൊഴിഞ്ഞപ്പോൾ ഷവറിനു കീഴെ നിന്നു. അടുത്ത ട്രെയിനിൽ മടങ്ങിയാലോ എന്ന് ആലോചിച്ചു. വീണ്ടുമൊരു യാത്രയ്ക്കുള്ള ഊർജ്ജം നിറയ്ക്കാൻ ജലതുള്ളികൾ പരാജയപ്പെടുന്നത്

ഞാൻ തിരിച്ചറിഞ്ഞു.

പത്തുമണിയോടെ അവൾ വാതിലിൽ മുട്ടി.

“ഞാൻ മുറി വൃത്തിയാക്കാൻ വന്നതാണ്. ബുദ്ധിമുട്ടായോ...”

“ശരി... നടക്കട്ടെ...” ഞാൻ പുറത്തേക്കിറങ്ങി.

“നിങ്ങൾ ഇന്ന് മുറി ഒഴിയുന്നുണ്ടോ?” അവൾ ചോദിച്ചു.

“ഇല്ല... ഒന്നും തീരുമാനിച്ചിട്ടില്ല” - ഞാൻ പറഞ്ഞു.

“അവർ ഇന്നു രാവിലെ ഒഴിഞ്ഞുപോയി.... ഇനി നിങ്ങൾക്കിവിടെ സമാധാനത്തിൽ കഴിയാം.”

ഉച്ചഭക്ഷണം കഴിച്ച് ഞാൻ മുറിയിൽ കതകടച്ചു കിടന്നു. ജനാലയിലൂടെ ഗോട്ടികളിക്കുന്ന അവളുടെ മകനെ കാണാം. കുറെ കഴിഞ്ഞപ്പോൾ അവനെ വിളിക്കുന്ന അവളുടെ ശബ്ദവും. ഭക്ഷണം കഴിക്കാനാണ്.

ഒരാഴ്ച ഇങ്ങനെയായി എന്റെ ജീവിതം. ദിവസങ്ങൾ തുടങ്ങുന്നതോ അവസാനിക്കുന്നതോ എന്റെ പരിഗണനയിൽ വന്നതേയില്ല.

ഒരു ദിവസം അവൾ മുറിയിലേക്ക് കടന്നുവന്നു. “നിങ്ങൾക്ക് എന്തെങ്കിലും സഹായം വേണമെങ്കിൽ പറയാൻ മടിക്കരുത്.”

“ഒന്നും വേണ്ട.... താങ്ക്സ്” ഞാൻ പറഞ്ഞു.

“എങ്കിൽ ഇന്നത്തെ അത്താഴം ഞങ്ങളോടൊപ്പം കഴിക്കാമോ....”

“ആയ്ക്കോട്ടെ... താങ്ക്സ്....” അവളെ നോക്കാതെ ഞാൻ പറഞ്ഞു.

രാത്രിയിൽ ഞാൻ താഴേക്കുപോയി. അവൾക്ക് രണ്ട് മുറികളും അതിനോട് ചേർന്ന് ഒരടുക്കളയും ഉണ്ടായിരുന്നു. ഭക്ഷണം കഴിക്കുന്ന മുറിയിൽ തന്നെയായിരുന്നു അവൾ ഉറങ്ങിയിരുന്നത്. കുട്ടിക്ക് സ്വന്തമായി ഒരു മുറിയുണ്ടായതിൽ ഞാൻ അപാകതയൊന്നും കണ്ടില്ല.

ഭക്ഷണം കഴിച്ചശേഷം അവൾ കുട്ടിയെ ഉറങ്ങാൻ വിട്ടു. നിശ്ശബ്ദതയെ മുറിച്ച് അവൾ ചോദിച്ചു.

“എന്തിനാണ് നിങ്ങൾ ഞങ്ങളുടെ പട്ടണത്തിൽ വന്നത്?”

“നോട്ട് പ്ലാൻസ്..... വെറുതെ ഇവിടെയിറങ്ങി” - ഞാൻ പറഞ്ഞു.

“ഇഷ്ടമായോ”

“ഇല്ല”.... ഞാൻ തറപ്പിച്ച് പറഞ്ഞപ്പോൾ അവളുടെ മുഖത്ത് സന്തോഷം നിറഞ്ഞു.

“ഞാനും ഇഷ്ടപ്പെടുന്നില്ല. ഇത് എന്റെ ഭർത്താവിന്റെ നാടാണ്. അയാളോടൊപ്പമാണ് ഞാൻ ഇവിടെയെത്തിയത്. അയാളുടെ മരണത്തോടെ എങ്ങും പോകാനിടമില്ലാത്തവളായി ഞാൻ മാറി.... ഈ ഹോട്ടൽ ജീവിക്കാനുള്ള വക തരുന്നുണ്ടെങ്കിലും....”

“എപ്പോഴാണ് അദ്ദേഹം മരിച്ചത്?”

“ഈ ക്രിസ്തുമസിന് എട്ട് വർഷമാകും” - അവൾ പറഞ്ഞു.

“സോറി.... എനിക്കു ദുഃഖമുണ്ട്....” ഞാൻ പറഞ്ഞു. പിന്നെ നിശ്ശബ്ദത മാത്രമായി.

“മോന്റെ കാര്യം കഷ്ടമാണ്.... ഒരു അച്ഛനെ കൂടാതെ.”

“അതെ”.... ഞാൻ പറഞ്ഞു.... എന്നെ ആരോ പ്രേരിപ്പിച്ചതുപോലെ

ഞാനവളുടെ കവിളിൽ ചുംബിച്ചു. അവളുടെ കൈകൾ എന്റെ മുതുകിലൂടെ സഞ്ചരിച്ച് എന്നെ ചുറ്റി വരിഞ്ഞു.... അവളുടെ കരച്ചിൽ ഞാൻ കേട്ടു.

കിടക്കയിൽ കിടക്കവേ അവൾ പറഞ്ഞു.

"എന്നെക്കാൾ എന്റെ മകനെ സ്നേഹിക്കുന്ന ഒരാളെയാണ് എനിക്ക് വേണ്ടത്."

നെറ്റിയിലെ വിയർപ്പ് മണികൾ അവളുടെ മുലപ്പൂക്കളിൽ ഇറ്റിച്ചു രസിക്കുകയായിരുന്നു ഞാൻ അന്നേരം.

രാവിലെ ഞാൻ മുറിയിൽ വന്ന് മിസ്കാളുകൾ പരിശോധിച്ചശേഷം മൊബൈൽ വീണ്ടും ഓഫ് ചെയ്തു. പിന്നീട് പെഴ്സെടുത്ത് കീശയിൽ വച്ച്, ബാഗുമായി മുറിപൂട്ടി താഴേക്കിറങ്ങി. അവൾ പ്രാതലൊരുക്കിയിരുന്നു.

ഭക്ഷണം കഴിക്കവേ... ഹോട്ടൽ നവീകരിക്കുന്നതിനെക്കുറിച്ചും... അതിനു വരുന്ന ചെലവുകളെക്കുറിച്ചും അവൾ പറഞ്ഞുകൊണ്ടേയിരുന്നു.

ഇറങ്ങാൻ തുടങ്ങവേ.... അയാൾ അവൾക്ക് പണം നല്കി... കുറേ നോട്ടുകൾ തിരികെ നല്കിക്കൊണ്ടവൾ പറഞ്ഞു "മുറിയുടെ വാടകമാത്രം മതി."

കൂടെ വരണമെന്ന് അവൾ പറയാതെ പറയുകയായിരുന്നു.

"എനിക്ക് തനിയേ പോകണം" - നോട്ടുകൾ വാങ്ങിക്കൊണ്ട് ഞാൻ പറഞ്ഞു.

ശ്വാസം മുട്ടിക്കുന്ന ചൂടിലൂടെ അയാൾ സ്റ്റേഷനിലേക്ക് നടന്നു. പൊടിപടലങ്ങൾക്കിടയിൽ അയാൾ മറയുന്നതും നോക്കി അവൾ നിന്നു.

പ്ലാറ്റ്ഫോമിലെത്തിയപ്പോൾ എന്നെ കാത്ത് രണ്ട് വണ്ടികൾ കിടക്കുന്നു. ഒന്നാമത്തേതിൽ തെക്കോട്ടുള്ള വണ്ടി.

ഓവർ ബ്രിഡ്ജ് കയറി തെക്കോട്ടുള്ള വണ്ടി പിടിക്കാനൊന്നും ഞാൻ മെനക്കെട്ടില്ല.

അവർ കഴുകരേക്കാൾ വേഗമാർന്നവർ

"ഗുരോ, ഈ സ്ത്രീയെ വ്യഭിചാര കർമ്മത്തിൽ തന്നെ പിടിച്ചിരിക്കുന്നു. ഇങ്ങനെയുള്ളവരെ കല്ലെറിയണം എന്ന് മോശ ന്യായപ്രമാണത്തിൽ ഞങ്ങളോട് കല്പിച്ചിരിക്കുന്നു. നീ ഇവളെക്കുറിച്ച് എന്തു പറയുന്നു."

"നിങ്ങളിൽ പാപമില്ലാത്തവർ അവളെ ഒന്നാമത് കല്ലെറിയട്ടെ."

മസാജിങ് ടേബിളിൽ എണ്ണയിൽ കുതിർന്ന പുരുഷശരീരത്തിൽ തന്റെ വിരൽ സ്പർശമേറ്റപ്പോൾ ഉദ്ധരിച്ചു നില്ക്കുന്ന ലിംഗം സാക്ഷിയായാണ് പ്രിയംവദ യോഹന്നാന്റെ സുവിശേഷം ഓർത്തത്. അപ്പോഴും അവൾ തന്റെ ഭർത്താവും പ്രശസ്ത ഫുട്ബോൾ താരവുമായ യോഹന്നാനുമായി വേർപിരിഞ്ഞ് ആദ്യവർഷമായിരുന്നു. കല്പാത്തിയിലെ അഗ്രഹാരത്തിൽ അപ്പയും അമ്മയും പൊതിഞ്ഞു നല്കിയ ആവരണത്തിൽ പാപചിന്തകൾക്ക് സ്ഥാനമുണ്ടായിരുന്നില്ല. ജനനവും മരണവും പ്രണയവും ഓരോ വ്യക്തി ജീവിതത്തിലെ അസംതൃപ്താനുഭവങ്ങളാണ്. അപ്പ പറഞ്ഞു തന്ന നചികേതസിന്റെ കഥയുടെ പൂരണവും അതുതന്നെ.

"ഞാനെന്തിനു ജനിച്ചു?" എന്ന നചികേതസിന്റെ ചോദ്യത്തിന് യമന്റെ ഉത്തരം.

"നീയെന്തിന് മരിക്കണം" എന്നായിരുന്നല്ലോ?

തത്ത്വചിന്ത ഒന്നിനും പരിഹാരമല്ലെന്നും പ്രിയംവദ ഓർത്തു. ഇത്തരം വിഷമവൃത്തങ്ങളിൽ നിന്നുള്ള മോചനമായാണ് അവൾ ഡയറിക്കുറിപ്പുകൾ എഴുതാൻ തുടങ്ങിയത്. മസാജിങ് സെന്ററിലെ ആദ്യ ദിനത്തിലെ കുറിപ്പുകൾക്ക് പതിവ് തെറ്റിച്ച് അവൾ തലക്കെട്ട് നല്കിയില്ല.

പ്രിയംവദയുടെ ഡയറിയിൽനിന്ന്

"ഒരു പുരുഷൻ സമ്മാനമോ പ്രതിഫലമോ നല്കുന്നതെന്തിനെന്ന് ഞാനിന്ന് കണ്ടുപിടിച്ചു. അവൻ എപ്പോഴും സന്തോഷവാനും സംതൃപ്തനുമായിരിക്കണം. കേവലമൊരു സ്ഖലനം അവന് സന്തോഷം നല്കുന്നില്ല. അതിനുവേണ്ടി അവൻ പണം മുടക്കുകയില്ല. എല്ലാം വെട്ടിപ്പിടിക്കാനുള്ള ഓട്ടത്തിനിടയിലെ ഇടത്താവളം മാത്രമാണ് അവന് സ്ത്രീ ശരീരം. ഈ തൊഴിലിലുള്ള എല്ലാവരും ചെയ്യുന്നതുപോലെ ഞാനും. ആ വാക്ക് ഉപയോഗിക്കാൻ എനിക്ക് പേടിയാവുന്നു. അല്ലെങ്കിൽ തന്നെ ഒരു വേശ്യയുടെ ജീവിതം ജീവിച്ചാൽ എനിക്കെന്താണ് നഷ്ടപ്പെടുക. മാന്യരെ, ... ആത്മാഭിമാനം. പക്ഷേ, എനിക്കെപ്പോഴെങ്കിലും ഇതൊക്കെയുണ്ടായിട്ടുണ്ടോ? എന്റെ ജനനം ഞാൻ ആവശ്യപ്പെട്ടിട്ടില്ല. എന്നെ സ്നേഹിക്കുന്ന ആരെയും ഞാൻ കണ്ടെത്തിയിട്ടില്ല. തെറ്റായ തീരുമാനങ്ങളേ ഞാൻ എടുത്തിട്ടുള്ളൂ. ഇനി ജീവിതം നിശ്ചയിക്കട്ടെ ഞാൻ എന്തായിരിക്കണമെന്ന്."

ഉപഭോക്താക്കളെ എങ്ങനെ തൃപ്തിപ്പെടുത്തണമെന്ന അന്വേഷണത്തിനിടെയാണ് അവൾ നളിനി ജമീലയുടെ ആത്മകഥ വായിച്ചത്. ലൈംഗിക തൊഴിലാളി എന്ന പ്രയോഗത്തോട് താല്പര്യം തോന്നിയെങ്കിലും, തൊഴിൽ തെരഞ്ഞെടുത്തതാണോ അതോ വിധിക്ക് കീഴടങ്ങിയതാണോ എന്നതിന് ഉത്തരം കിട്ടിയില്ല. പല പുരുഷന്മാരുടെയും സുഖം അനുഭവിക്കുന്ന സ്വതന്ത്രയായ സ്ത്രീയാണ് ലൈംഗിക തൊഴിലാളിയെന്ന വരി അവളെ യോഹന്നാന്റെ ഓർമ്മകളിലേക്ക് കൊണ്ടുപോയി.

പണ്ടെഴുതിയ ഡയറിക്കുറിപ്പിൽനിന്ന്
പനമരങ്ങളെപ്പിളർന്നവൻ....

"തുറമുഖനഗരത്തിലെ കോളേജ് വാസക്കാലം. ജമന്തിപ്പൂക്കളുടെയും കടുകെണ്ണയുടെയും ഗന്ധം കലർന്ന നഗരപ്രാന്തത്തിലെ മൈതാനം. അതിനരികിൽ പട്ടികൾ തിന്നുകയും ഇണചേരുകയും ചെയ്തു.

മൈതാനത്തിൽ പുൽമേടുകൾ വകഞ്ഞുമാറ്റി കുതിക്കുന്ന മുട്ടനാടിനെപ്പോലെ യോഹന്നാൻ. ഒതുക്കു കല്ലുകളിറങ്ങി മൈതാനത്തിലെത്തിയപ്പോഴേക്കും അവനെത്തി. വെള്ളരിക്കണ്ണുകാരൻ യോഹന്നാൻ. പിതാമഹന്മാർ പാലായിൽനിന്നും കാസർകോട്ടെ മലനിരകളെ കീഴടക്കാനെത്തിയവർ. ബയോടെക്നോളജിയേക്കാൾ കാൽപ്പന്തുകളിയിലെ തന്ത്രങ്ങളെ സ്നേഹിക്കുന്നവൻ. റിയോഡീജനീറോയിലോ, ബ്യൂണസ് അയേഴ്സിലോ ജനിക്കാത്തതിന് ദൈവത്തെ ശപിക്കുന്നവൻ. കുടിയേറ്റക്കാരന്റെ അസ്തിത്വം പലായനമെന്ന് വിശ്വസിക്കുന്നവൻ.

കടപ്പുറത്ത് നങ്കൂരമിട്ട കപ്പലിന്റെ സൈറണോടൊപ്പമെത്തിയ കാറ്റ് മുടിയിഴകളെ അവന്റെ മുഖത്ത് കോറിയിട്ടു. തെച്ചിപ്പൂവിന്റെ മണം. അവൻ പറഞ്ഞു. മുഖത്തെ വിയർപ്പുമണികളെ തുടച്ചെടുത്ത് മുടിയിഴകൾ തിരിച്ചെത്തി. പോക്കുവെയിലിൽ അവന്റെ ശരീരം പനമരത്തെ അനുസ്മരി

പ്പിച്ചു. ജ്യോതി സർക്കിളിലെ വില്ലേജ് പബ്ബാണ് ആ തെമ്മാടി ഹൃദയം തുറക്കാൻ തെരഞ്ഞെടുത്ത സ്ഥലം. അവിടെ ബിയർ മോന്തിക്കൊണ്ട് കലപില കൂട്ടുന്നത് ഗോവയിലേക്കും മഹാരാഷ്ട്രയിലേക്കും രാത്രി ബസിനു പോകാനെത്തിയ തൊഴിലാളികളാണ്. മാതൃഭാഷയോടുള്ള ബന്ധം കാക്കാൻ സുലൈമാന്റെ പെട്ടിക്കടയിൽ കിട്ടുന്ന അശ്ലീലപുസ്തകങ്ങൾ അരയിൽ തിരുകിയിരിക്കുമവർ. കോക്കനട്ട് ബിയറിന്റെ ലഹരിയിൽ യോഹന്നാൻ മൊഴിഞ്ഞു.

*ഖസാക്കിന്റെ ഇതിഹാസ*ത്തിന്റെ പുറംചട്ട എനിക്കിഷ്ടമായി. എനിക്ക് വളരണം പനയോളം."

"രവിയുടെ വിഹ്വലതകളെ മനസ്സിലാക്കാത്ത നിന്റെയുള്ളിൽ ഒരു ഫാസിസ്റ്റുണ്ട്." - ഞാൻ പറഞ്ഞു. അവൻ നിഗൂഢമായി ചിരിച്ചു. പബ്ബിലെ പെണ്ണൊരുത്തിയായ എന്നെ പലഭാഗത്തുനിന്നും കണ്ണുകൾ കൊത്തി വലിച്ചുകൊണ്ടിരുന്നു.

വിവാഹാനന്തരം യോഹന്നാൻ എഫ് സി ഗോവയുമായി കരാറൊപ്പിട്ടു. അന്തർ സർവ്വകലാശാല ചാമ്പ്യൻഷിപ്പിലെ ടോപ്പ് സ്കോറർക്ക് ഉയർന്ന വിപണിമൂല്യം ഉണ്ടായിരുന്നു. ബന്ധുക്കളുടെ എതിർപ്പ് യോഹന്നാന്റെ മടിശീലയ്ക്ക് മുന്നിൽ ഒന്നുമല്ലായിരുന്നു. ഫ്ളാറ്റിലെ ആർഭാട ജീവിതം. പഠിത്തം പാതിവഴിയിൽ നിലച്ചു. ഗോവൻ കാർണിവൽപോലെ ഒരൊഴുക്ക്. ജീവിതത്തിലെ ഏറ്റവും വലിയ നുണ വിധിയാണെന്ന് വിശ്വസിച്ചവളുടെ കീഴടങ്ങൽ.

ആദ്യരതിമൂർച്ഛയെപ്പറ്റി പ്രിയംവദ
മുന്തിരിവള്ളി പൂത്ത് സുഗന്ധം വീശുന്നു

അത് സ്വർഗ്ഗത്തിലേക്ക് അനുക്രമം ഉയരുകയും പിന്നെ പാരച്യൂട്ടിലെന്നപോലെ ഭൂമിയിലേക്ക് ഒഴുകിയെത്തുന്നതും പോലെയായിരുന്നു. എന്റെ ശരീരം വിയർപ്പിനാൽ നനഞ്ഞിരുന്നു. അസ്ഥികൾ തളർന്നിരുന്നു. എങ്കിലും അപൂർവ്വമായ ഊർജ്ജം എന്നെ ആവേശിച്ചിരുന്നു. അഗ്രഹാരത്തിലെ ചന്ദനം മണക്കുന്ന ഇടവഴികളിലൊന്നിൽ ശിവയണ്ണന്റെ വിരലുകൾ ശരീരത്തിലിഴ വീഴ്ത്തിയ അനുഭൂതിക്കപ്പുറമൊന്ന്. അതിശയകരം. നാമൊരാളെ കണ്ടെത്തി പ്രണയത്തിലായാൽ പ്രപഞ്ചം മുഴുവൻ നമുക്കൊപ്പമാണെന്ന് തോന്നും. ഇന്നത്തെ സൂര്യോദയം എനിക്കത് ബോദ്ധ്യപ്പെടുത്തിതന്നു.

ഗോവൻ കടൽത്തീരത്തെ കാറ്റിനെപ്പോലെ യോഹന്നാന്റെ മോഹങ്ങൾക്കും അശ്വവേഗമായിരുന്നു. പരിശീലനവും ചാമ്പ്യൻഷിപ്പുകളും ഒരു കന്യകയെപ്പോലെ അവനെ ആവേശിച്ചു. മൈതാനത്ത് എതിരാളികളെ വെട്ടിച്ച് മുന്നേറി ഗോൾവല കുലുക്കുന്ന കരുത്ത് ചോരാതിരിക്കാൻ യോഹന്നാൻ എപ്പോഴും ശ്രദ്ധിച്ചിരുന്നു. പനമരങ്ങളെ സ്വപ്നം കണ്ടവൻ ഇന്ത്യയിലെ വിലപിടിപ്പുള്ള താരമായി. ആരാധകരും പരസ്യക്കമ്പനികളും പിന്നാലെയെത്തി. ഭർത്താവിന്റെ വിജയദിനങ്ങളെക്കുറിച്ച് പ്രിയംവദ

ഇടിമുഴക്കവും മിന്നലും പർവ്വതം പുകയുന്നതും കണ്ടു

തൊലി തുളച്ച് ചോരയിലൂറുന്ന ചൂട്. തന്റെ കാലുകൾ അടർന്നു വീഴുമോയെന്നു പോലും യോഹന്നാൻ ഭയന്നിരിക്കണം. കിതപ്പിനിടയിൽ വാക്കുകൾ തളർന്നുവീണു. ടാക്ലിങ്ങിൽ വീണവനെപ്പോലെ യോഹന്നാൻ ചൊടിച്ചു. പാതിവഴിയിലെത്തിയ രതിമൂർച്ഛയിൽ ഞാൻ നിസ്സഹായയായി. അരക്കെട്ടിലെ വേദനയകറ്റാൻ സ്പോൺസർ കമ്പനി അമേരിക്കയിൽനിന്നും വരുത്തിക്കൊടുത്ത ഹോർമോൺ കുത്തിവയ്പിന് ശേഷമാണ് യോഹന്നാൻ ഇങ്ങനെയായത്. പരുക്കിനെ തോല്പിച്ച് യോഹന്നാൻ കൊല്ക്കത്തൻ ക്ലബ്ബുമായുള്ള കരാർ പുതുക്കി. ഇതൊക്കെ തുടർന്ന് പറഞ്ഞാൽ അവന് വിഷമമാവും. ഏതെങ്കിലും വിദേശ ക്ലബ്ബിൽ കളിക്കണം. ആ നേട്ടം കൈവരിക്കുന്ന ആദ്യത്തെ ഇന്ത്യക്കാരനാകണം. കിടപ്പുമുറിയിലെ ഞങ്ങളുടെ സംസാരം പലപ്പോഴും ഇങ്ങനെയാണ് അവസാനിക്കാറ്. സിനിമാ നടിയുമായുള്ള ഗോസിപ്പ് അവൻ ചിരിച്ചുതള്ളി. “നിനക്കില്ലാത്തതായി അവൾക്കെന്തുണ്ട്. ഏത് പെണ്ണും ഇതാണ് ആഗ്രഹിക്കുന്നത്. പ്രശസ്തനായ പുരുഷന്റെ ഭാര്യ.”

യോഹന്നാന് അർജ്ജുന അവാർഡ് ലഭിച്ച വർഷമാണ് അവർ ഔപചാരികമായി വേർപിരിയാൻ തീരുമാനിച്ചത്. സിനിമാ നടിയുമായുള്ള ബന്ധത്തെച്ചൊല്ലി ഭാര്യ വേർപിരിയുന്നെന്നും, മനം മാറ്റത്തിന് വിസമ്മതിച്ചതിനാൽ യോഹന്നാൻ ഭാര്യയെ ഉപേക്ഷിച്ചെന്നും പത്രങ്ങളെഴുതി. പ്രശസ്തമായ ചാനലിലെ ടോക്ക് ഷോയിൽ “തിരസ്കരിക്കപ്പെടുന്ന സ്ത്രീത്വത്തിന്റെ” പ്രിയംവദ എന്ന പേര് സ്ത്രീവാദികളും സാംസ്കാരിക നായകരും ഏറ്റെടുത്തു. അഗ്രഹാരവും പഠനവും നഷ്ടമായ പ്രിയംവദ എന്ന സ്ത്രീ തനിച്ചായി. മസാജിങ് സെന്ററിലെ ജോലി നാലാം ദിവസമായപ്പോഴും ഒരുതരം മരവിപ്പാണ് പ്രിയംവദയിൽ ശേഷിപ്പിച്ചത്. നഗ്നരായ പുരുഷന്മാർ, യുവാക്കൾ, മദ്ധ്യവയസ്കർ, വൃദ്ധർ, വിരൽ സ്പർശന മേല്ക്കുമ്പോൾ ഉദ്ധരിക്കുകയും സ്വയം സ്ഖലിക്കുകയും ചെയ്യുന്ന ലിംഗങ്ങൾ: മുന്തിരിവള്ളി പൂത്ത സുഗന്ധം നഷ്ടമായതായി അവളറിഞ്ഞു.

പ്രിയംവദ ഡയറിയിൽ അവസാനതാൾ എഴുതിച്ചേർത്തു....

തെച്ചിപ്പൂവിന്റെ മരണം

“ഞാൻ ഇപ്പോൾ ചെയ്യുന്നതിനെ ഞാൻ തന്നെ വെറുക്കുന്നു. അത് എന്റെ ആത്മാവിനെ നശിപ്പിക്കുന്നു. പണം എല്ലാറ്റിനേയും എന്നിൽ നിന്നും അകറ്റുന്നു. എനിക്ക് ചുറ്റുമുള്ള ആരും സന്തുഷ്ടരല്ല. എന്റെ ആവശ്യക്കാർ അവരുടെ ഭാര്യമാരിൽനിന്നും വെറുതെ കിട്ടുന്നതിനാണ് എനിക്ക് പണം തരുന്നത്. പുച്ഛത്തോടെ അവരത് വിളച്ചുപറയുകയും ചെയ്യുന്നു. ഇതെഴുതാൻ ഞാൻ ശരിക്കും ബുദ്ധിമുട്ടുന്നുണ്ട്. കാരണം അസന്തുഷ്ടയും അസംതൃപ്തയുമാണെന്ന് സമ്മതിക്കാൻ എനിക്ക് കഴിയുന്നില്ല. കുറച്ചുകാലം കൂടി ആരെയെങ്കിലും സ്നേഹിച്ച്, സ്നേഹിക്കപ്പെട്ട് കഴിയണമെന്നുണ്ട്.

പക്ഷേ....,

“ചുണ്ടുകളിൽ അഭിവാതകക്കൂട്ടം ഓടി നിറയുന്നതും യോഹന്നാൻ നീ അറിയുന്നില്ല.” യോഹന്നാൻ എന്റെ ചുണ്ടുകളും കണ്ണുകളും നിശ്ച ലമാവുകയും നിന്റെ മേടയ്ക്കു ചുറ്റുമുള്ള കാനനത്തലപ്പുകൾ നിശ്ചല മാവുകയും ചെയ്യുന്നു. നചികേതസിന്റെ മരണകാരണാന്വേഷണം ജീവിത ത്വരയും യോഹന്നാൻ ഞാൻ നിന്നിൽ കാണുന്നു. മരണം നന്മയുടെ പര്യാ യമാണ്. ആത്മാവു മരിച്ച് ജീവിക്കൽ തിന്മയുടെ പര്യായവും. എല്ലാ വിഷ മഘട്ടത്തിലും നന്മചെയ്യൽ എനിക്ക് മോചനമാർഗ്ഗമായി.

“സമകാലിക ജീവിതപരിസരത്ത് ഇടം നഷ്ടമായ സ്ത്രീയുടെ ദുരന്തം” ഇങ്ങനെവേണം പ്രിയംവദയുടെ ആത്മഹത്യയെ വായിക്കേണ്ടത്. പിറ്റേദിവസത്തെ പത്രങ്ങളിൽ യോഹന്നാൻ വിദേശ ഫുട്ബോൾ ലീഗിൽ കളിക്കുന്ന ആദ്യത്തെ ഇന്ത്യക്കാരനായ വാർത്തയോടൊപ്പം സാംസ്കാ രിക നായകന്റെ പ്രസ്താവനയും ഇടംപിടിച്ചിട്ടുണ്ട്.

കണ്ഠാകർണ്ണൻ

"**ചി**ദമ്പ ഇളയവൾ, ശിവന്റെ ശിരസ്സ് പിടിച്ച് ഊഞ്ഞാലാടി. ചിദമ്പ മൂത്തവൾ കണ്ഠത്തിലൂടെ കൈകളിട്ട് ഇക്കിളിയാക്കി. ദണ്ഡൻ ത്രിശൂലത്തിൽ കിടന്ന തുടിയെടുത്ത് അപസ്വരം മീട്ടി. കണ്ണടച്ച് ഹിമാലയത്തിലിരുന്ന ദേവന് പൊറുതിമുട്ടി. തിരുനയനങ്ങൾ തുറന്ന് തന്റെ സൃഷ്ടികളായ മക്കളെ നോക്കി. അവർ പേടിച്ചരണ്ട്........ ചോദിച്ചു....."

"കൊടുക്കാനിനി എന്തുണ്ട്....... അച്ഛാ...?

ഒന്നും ഉരിയാടാതെ സംഹാരമൂർത്തിയായ ദേവൻ സൃഷ്ടിയുടെ അടയാളമായ മൂന്ന് കൊട്ടല വിത്ത് മക്കൾക്ക് കൊടുത്തു. വിത്ത് കിട്ടിയ മക്കൾ ആർത്തുവിളിച്ചു. അപ്പോഴും അവർക്കൊരു സന്ദേഹം.

"വിത്ത് വിതച്ചിട്ടും മുളച്ചില്ലെങ്കിലോ?"

ശങ്ക തീർക്കാൻ മക്കൾ ശങ്കരന്റെ മെയ്യിൽതന്നെ വിത്തെറിഞ്ഞു. നീലകണ്ഠന്റെ നീലമേനി നിറയെ "തൃക്കുരുപ്പ് വന്നു. പന്തീരായിരം വസൂരിമാലയും" കുമിളിച്ചുവന്നു.

ശേഷം കണ്ഠം പൊട്ടുമാറുച്ചത്തിൽ അലറി വിളിച്ചു.

പുലർകാലെ സ്വപ്നം കണ്ടുണർന്ന ആതിര അമ്മയ്ക്കരികിൽ കൂർക്കം വലിച്ചുറങ്ങുന്ന തടിയൻ കൊമ്പൻ മീശക്കാരനെ കണ്ടു. രാവിലെ സൂര്യനുദിച്ച് മുറിയിലേക്ക് വെളിച്ചമെത്തിയിട്ടും അയാൾ ചരിഞ്ഞ് കിടന്ന് കണ്ഠമുരസി കൂർക്കം വലി തുടർന്നു.

"ആരാമ്മേ അത്?" അവൾ പേടിയോടെ ചോദിച്ചു.

താൻ വരുത്തിയ വിന തീർക്കാൻ ആരോടിയെത്തുമെന്നോർത്ത്, മനസ്സും തനുവും തളരവെ അകത്ത് നിന്നിവൻ ആ വിളി കേട്ടു. നീലകണ്ഠന്റെ കണ്ഠത്തിൽ വന്ന വഴിമുട്ടി കുതറിയോടിയ വീരൻ.... അവസാനം കർണ്ണത്തിലൂടെ പുറത്തുചാടി. ഭീകരനവൻ ശിവസന്നിധിയിൽ ഉറഞ്ഞാടി.

ആയിരം സൂര്യനു സമമായ മുഖം. പന്തങ്ങൾകൊണ്ട് കൈകൾ. മെയ്യിൽ അഗ്നി. തലയിൽ ആളിക്കത്തുന്ന അഗ്നികുണ്ഡം. ശൂലവും പിന്നെ മണി യൊച്ചയും. തന്നുടലിൽ പിറന്ന മകനെ നോക്കി.... പരമേശ്വരൻ പറഞ്ഞു.

"ഈരേഴുലകിനും സംഹാരമൂർത്തിയാണിവൻ മഹാവ്യാധിക്ക് ഗമ നമായി വന്ന കണ്ഠാകർണ്ണാ.... നീ വ്യാധി മാറ്റുവിൻ! നിന്റെ പിതാവിന്റെ... പിന്നെ ഭൂലോകത്തേക്ക് ഉടനിറങ്ങുക.... മഹാവ്യാധികൾക്ക് ഗമനമാവുക."

ഷുഗർ 130, പ്രഷർ 190 അല്പം കൂടുതലാണ്. ചെറിയ സൈകിക്ക് ഡിസ്ഓർഡറാണ്. സഹകരണ ആശുപത്രിയാണെങ്കിലും നവീന ഉപക രണങ്ങളെല്ലാം പ്രയോഗിക്കുകയും നാടാകെ വിളംബരം ചെയ്യുകയും വേണം. വയറുവേദനയ്ക്കെന്തിന് സി ടി സ്കാനിങ് എന്ന് ശ്യാമള ടീച്ചറെ കാണാനെത്തിയ യൂണിയൻ നേതാക്കൾപോലും ചോദിച്ചില്ല.

തന്റെ ക്ലാസ് ടീച്ചറുടെ വിവരമറിയാൻ ആതിരയുമെത്തിയിരുന്നു. അവൾ ഓർക്കുകയായിരുന്നു ആ ദിവസം.

"ടീച്ചർ നോക്കിയേ... ന്റെ വയറ്റിലെന്തോ ഇളകുന്നില്ലേ"

"ഒന്നൂല്യ കുട്ടി.... നിന്റെ തോന്നലാ..... ഈ പ്രായത്തിലിതൊന്നു ണ്ടാവില്ല. ഇനി അയാളെ....... അടുപ്പിക്കാതിരുന്നാൽ മതി."

"പക്ഷേ, അമ്മ അയാളുടെ കൂടെയാ.... ഞാനെന്തു ചെയ്യാനാ....."

അന്നേദിവസം വീട്ടിലെത്തിയപ്പോഴാണ് ശ്യാമള ടീച്ചർക്ക് അടിവയ റ്റിൽ എന്തോ ഉരുണ്ടു കയറുന്നതായി തോന്നിയത്.

കൊമ്പൻ മീശക്കാരനും.... കണ്ഠമുരസിക്കൊണ്ടുള്ള കൂർക്കം വലിയും... മങ്ങിയ ഇരുളും...

"മംഗലം കയിക്കാണ്ട്... പെങ്കുട്ട്യോള് നടന്നാ.... ഇങ്ങനേക്കെ.... തോന്നും" - വല്യമ്മയുടെ ആവലാതി.... പാതികേട്ടു... പിന്നെയൊന്നും ഓർമ്മയില്ല.

പ്രതീക്ഷിച്ചതൊന്നും കിട്ടാതെ നിരാശയോടെ മടങ്ങുന്ന അവനെ തന്നെ നോക്കിയിരിക്കുകയാണ്.... കണ്ഠാകർണ്ണൻ.

ഭൂമിയിൽ തനിക്കിപ്പോൾ വലിയ റോളൊന്നുമില്ലെന്ന് അവനിപ്പോൾ മനസ്സിലായി.... തുടങ്ങിയിരിക്കുന്നു.

കണ്ഠാകർണ്ണൻ അദൃശ്യമായി ശ്യാമള ടീച്ചറുടെ അരികിലെത്തി. ആതിര... ടീച്ചറുടെ നെറ്റിയിലൊരുമ്മ കൊടുത്തു.

"ടീച്ചർക്കതല്ലാ.... അല്ലേ.... പക്ഷേ,.... നിക്ക് പണി പറ്റി."

വയർ തൊട്ടുകൊണ്ടവൾ പറഞ്ഞു. "നിക്ക്.... വാവയുണ്ടാകാൻ പോണു. അയാൾക്ക് അമ്മയെ മാത്രം പോരാത്രേ.... അമ്മയ്ക്ക് എതിർപ്പൊ ന്നുമില്ലാട്ടോ... ഇനി ഞാൻ ടീച്ചറെ കാണൂലാ... ഞാൻ പഠിപ്പ് നിർത്തി."

"ന്റെ കണ്ഠാകർണ്ണാ..." ശ്യാമള ടീച്ചർ മനസ്സിൽ വിളിച്ചു.

അപ്പോഴേക്കും ചൂട്ട് കുത്തി കെടുത്തി കണ്ഠാകർണ്ണൻ മലയിറങ്ങി യിരുന്നു.

പാർട്ണർ സ്ലിപ്പ്

സുജിത് ബാബുവിന്റെ ഫോർഡ് ഐക്കൺ ഒരു സംഭവം തന്നെയായിരുന്നു. അവന്റെ 1800 സ്ക്വയർ ഫീറ്റ് വീടിനേക്കാൾ ഗംഭീരം. നഗരാതിർത്തി കടന്ന് പായുകയാണ് ആ കാർ അയാളെയുംകൊണ്ട്.

സുജിത് ആൾ ഭാഗ്യവാൻ തന്നെ. തന്റെ ഓഫീസിലെ പ്യൂൺ മാത്രമായ അവന് ഇത്രയൊക്കെ സാധിച്ചുവല്ലോ? തന്നെക്കാൾ ചെറുപ്പവുമാണ് അയാൾ. വീട് പണിത് കാറും വാങ്ങിയ ശേഷമേ കല്യാണം കഴിക്കൂവെന്നായിരുന്നു അവന്റെ വാശി.

അഭിമാനത്തോടെ ഡ്രൈവിങ് സീറ്റിലിരിക്കുന്ന അവനെ നോക്കവെ ഭാര്യ പറയാറുള്ളത് അയാൾ ഓർത്തു.

“നമ്മുടെ അന്ത്യം ഈ വാടക വീട്ടിലായിരിക്കും.”

ഖലീൽ ജിബ്രാന്റെ *പ്രവാചകൻ* അവളെടുത്ത് അടുപ്പിലിട്ട ദിവസമായിരുന്നു അത്.

അതോടെ ദാർശനിക ചോദ്യങ്ങളുടെ പർവ്വത ശിഖരങ്ങൾക്കു മീതെ ഉത്തരങ്ങളുടെ ആകാശം തീർക്കാൻ ശേഷിയുള്ള “അൽമുസ്തഫ”യും അയാളെ കൈയൊഴിഞ്ഞു.

അവളുടെ മുഖത്ത് പടരുന്ന വല്ലാത്ത ചിരി ഈയിടെയായി അയാളിൽ അസ്വാസ്ഥ്യം ജനിപ്പിക്കുന്നു. അതിൽ പുച്ഛം നിറഞ്ഞു കവിയുന്നുവെന്ന് അയാൾക്ക് തോന്നാറുണ്ട്. പണ്ടൊക്കെ അയാൾ പറയാറുണ്ടായിരുന്നു.

“യമുനേ എല്ലാവർക്കും നല്ലകാലം വരും അപ്പോൾ എല്ലാം ശരിയാകും.”

അത്തരമൊരു വിശ്വാസം ഈയിടെയായി തന്നെപ്പോലും തൃപ്തിപ്പെടുത്തുന്നില്ലെന്ന് അയാൾക്ക് തോന്നാറുണ്ട്.

ജനപ്രിയ വാരികയിൽ “അനുഭവക്കുറിപ്പുകൾ” എഴുതിയ വകയിൽ കിട്ടിയ പണം കൊണ്ടാണ് അയാൾ അഞ്ച് സെന്റ് ഭൂമി വാങ്ങിയത്.

വീടിന്റെ പ്ലാൻ പലവട്ടം വരപ്പിക്കുകയും ചെയ്തു. ഒരു സീരിയൽ സ്ക്രിപ്റ്റ് ഒത്തുവന്നത് പൂർത്തിയാക്കിയാൽ വീട് പണിതീർക്കാമെന്നായിരുന്നു അയാളുടെ പ്ലാൻ. പിന്നീട് കോംപ്രമൈസുകളൊന്നും ചെയ്യാതെ തന്റേതായ ലോകത്തിലേക്ക് ഉൾവലിയുകയും ചെയ്യാം. എന്നാൽ പ്രശസ്തനായ സാംസ്കാരിക നായകൻ ജനപ്രിയ വാരികയിൽ എഴുതിയതിനെ അയാളെ പേരെടുത്ത് പറഞ്ഞ് വിമർശിച്ചതോടെ അയാളുടെ ആത്മവിശ്വാസവും സീരിയലെഴുത്തും ഒരുപോലെ നിലച്ചു. അഞ്ച് സെന്റ് ഭൂമിയിൽ ശവം നാറിച്ചെടികൾ വളരാൻ തുടങ്ങി.

“നമ്മൾ എങ്ങോട്ടാണ്?” അയാൾ സുജിത്തിനോടു ചോദിച്ചു.

“ഇവിടെയടുത്ത് കുറച്ച് സ്ഥലം നോക്കാനുണ്ട്. ഒരു റിസോർട്ട് പാർട്ടി വന്നു ചാടിയിട്ടുണ്ട്.”

അയാൾക്ക് ഒന്നും മനസ്സിലായില്ല. പക്ഷേ, അയാളുടെ മൂക്കിനെ അസ്വസ്ഥമാക്കുന്ന എന്തോ ഒരു മണം പൊതിഞ്ഞു. മൂക്കുവിടർത്തി അയാൾ ചുറ്റുപാടും മണത്തു.

“ചേട്ടനെന്താ ഈ തെരയണത്” സുജിത് ചോദിച്ചു.

“അല്ല.... എന്തോ ഒരു ദുർഗ്ഗന്ധം.... എന്തോ ചീഞ്ഞു നാറുന്നതു പോലെ....”

സുജിത്തും മൂക്ക് വിടർത്തി ചുറ്റും മണത്തു.

“ഏയ്.... എനിക്കൊന്നും തോന്നുന്നില്ല. ചേട്ടനു വെറുതെ തോന്നിയതായിരിക്കും.” അതു പറഞ്ഞ് അവൻ വല്ലാത്ത ചിരി ചിരിച്ചു.

അവന്റെ ഉയർച്ചയിൽ തനിക്കു അസൂയയാണെന്ന് അവൻ വിചാരിച്ചിരിക്കുമോ?

അതോടെ കാറിലിരിക്കാൻ അയാൾക്കായില്ല.

ഓട്ടോയിൽ വീട്ടുപടിക്കലിറങ്ങിയ അയാളുടെ വരവിൽ യമുനയും അത്ഭുതപ്പെട്ടിരിക്കണം.

സുജിത്തിന്റെ കാറിലെ ദുർഗ്ഗന്ധത്തെക്കുറിച്ച് അവളോട് പറയേണ്ട എന്നാണ് ആദ്യം കരുതിയത്. എന്നാൽ ഇതിനെക്കുറിച്ച് ആരോടെങ്കിലും പറഞ്ഞില്ലെങ്കിൽ ഭ്രാന്തുപിടിക്കും എന്നയാൾക്ക് തോന്നി. ഒടുവിൽ അവളോടുതന്നെ അക്കാര്യം പറഞ്ഞു.

“അവനോനെപ്പോലുള്ളവർ സ്വന്തമായി കാർ വാങ്ങുമ്പോൾ ദുർഗ്ഗന്ധം ഉണ്ടാവാതിരുന്നാലേ അത്ഭുതമുള്ളു.” മുഖത്തടിച്ചതുപോലെ യമുന പറഞ്ഞതോടെ അയാൾ തീർത്തും നിസ്സഹായനായി. സ്വന്തം മൂക്ക് അനുഭവിച്ചതാണ് ആ ദുർഗ്ഗന്ധം. പക്ഷേ, അത് മറ്റൊരാളുമായി പങ്കിടാൻ അയാൾക്കാവുന്നില്ലല്ലോ?

എല്ലാം അവിടെ അവസാനിച്ചുവെന്ന് അയാൾ സമാധാനിച്ചതായിരുന്നു. പക്ഷേ, മറ്റാർക്കും അനുഭവപ്പെടാത്ത ഒരു ദുർഗ്ഗന്ധം മറ്റു പല സ്ഥലങ്ങളിലും അയാളെ വേട്ടയാടി.

റിച്ചാർഡ് സ്റ്റാൾമാൻ, അന്ന് ടൗൺ ഹാളിൽ സ്വതന്ത്ര സോഫ്ട് വെയറിനെക്കുറിച്ച് പ്രഭാഷണം നടത്തുന്നുവെന്നറിഞ്ഞ് എത്തിയതായിരുന്നു അയാൾ. അദ്ദേഹത്തിന്റെ എല്ലാ ലേഖനങ്ങളും വായിക്കാറുള്ള

അയാൾ സ്റ്റാൾമാനെ ആരാധിക്കുകയും ചെയ്തിരുന്നു.

പ്രഭാഷണം തുടരവെ, വലിയ ഒരു കോട്ടുവാ അയാളിലെത്തി... പെട്ടെന്ന് സുജിത്ത് ബാബുവിന്റെ ഫോർഡ് ഐക്കണിലെ അതേ ദുർഗ്ഗന്ധം അയാളിലേക്ക് അടിച്ചുകയറി.

ആ അസ്വസ്ഥതകളത്രയും തന്നിൽതന്നെ ഒതുക്കാൻ അയാൾ ആവതും ശ്രമിച്ചു. അയാളുടെ ഞെരിപിരി കൊള്ളൽ മറ്റുള്ളവരേയും അസ്വസ്ഥരാക്കി. അയാൾ ഓക്കാനിക്കാൻ തുടങ്ങി. മറ്റുള്ളവർ അടക്കം പറയുന്നത് “മൈൻഡ്” ചെയ്യാതെ അയാൾ ഹാളിനു പുറത്തേക്കിറങ്ങി. പക്ഷേ, അയാളെ അത്ഭുതപ്പെടുത്തിയത് മറ്റാർക്കും ഈ ദുർഗ്ഗന്ധം യാതൊരു അസ്വാസ്ഥ്യവുമുണ്ടാക്കിയില്ല എന്നതാണ്.

ഈ അനുഭവത്തോടെ അയാൾ തകർന്നുപോയി. എല്ലാവരിൽ നിന്നും ഒറ്റപ്പെടുന്നതുപോലെ. അയാൾ യമുനയോടുപോലും പറയാതെ ഒരു മനഃശാസ്ത്ര ഡോക്ടറെ ചെന്നുകണ്ടു. ഏറെ നേരത്തെ പരിശോധനയ്ക്കുശേഷം ഡോക്ടർ പറഞ്ഞു.

“മറ്റുള്ളവരെപ്പോലെ ജീവിക്കാൻ ശ്രമിക്കൂ. എന്തിന് ഒഴുക്കിനെതിരെ നീന്താൻ ശ്രമിക്കണം. പ്രത്യേകിച്ച് മരുന്നിന്റെയൊന്നും ആവശ്യമില്ല.”

ദേശീയ അവാർഡ് നേതാവായ സംവിധായക സുഹൃത്തിന്റെ മകളുടെ വിവാഹസമയത്തും യൂണിയൻ മീറ്റിങ്ങുകളിലും ഈ ദുർഗ്ഗന്ധം അയാളെ പരിഹാസ്യനാക്കി. ഡോക്ടർമാരെ മാറി മാറി കണ്ടിട്ടും അയാൾക്ക് രക്ഷ കിട്ടിയില്ല. പഴയ ജീവിതത്തിലേക്ക് തിരിച്ചു പോകാൻ അയാൾ അതിയായി ആഗ്രഹിച്ചു.

ഒരു ദിവസം അയാൾ ഭാര്യക്കരികിൽ കിടക്കുകയായിരുന്നു. അവളുടെ നഗ്നമേനി അയാളെ വലയം ചെയ്തിരുന്നു. സുഖകരമായ സ്വപ്നത്തിൽ മയങ്ങിയിരുന്ന അയാൾ ഞെട്ടിയുണർന്നു. വല്ലാത്ത ദുർഗ്ഗന്ധം അയാളുടെ മൂക്കിലേക്ക് അടിച്ചുകയറി.

അയാൾ ലൈറ്റിട്ടു. മുറി മുഴുവൻ അന്വേഷിക്കാൻ തുടങ്ങി. “ചത്ത എലി” അല്ലെങ്കിൽ മറ്റു വല്ലതും കണ്ടുകിട്ടിയിരുന്നെങ്കിൽ ഒരു തെളിവാകുമായിരുന്നു. അയാൾ പുസ്തകങ്ങൾക്കും വിരികൾക്കുമിടയിൽ അന്വേഷണം തുടർന്നു.

ബഹളം കേട്ട് യമുന ഉണർന്നു. “എന്താണ് ഈ രാത്രിയിൽ... ഉറക്കമില്ലേ...”

അയാൾ സന്തോഷത്തോടെ വിചാരിച്ചു. ഇതാ ഈ ദുർഗ്ഗന്ധം യമുന അറിയാൻ പോകുന്നു. ഒരാൾകൂടി ഈ അനുഭവം പങ്കിട്ടാൽ സുഖമായി തനിക്കുറങ്ങാം.

പക്ഷേ, അവൾക്ക് ഒരു ഭാവഭേദവുമില്ല. തുറിച്ച കണ്ണുകളോടെ അവൾ അയാളെ നോക്കുന്നു. അയാൾ സംശയരഹിതമായി ചോദിക്കുന്നു.

“വല്ലാത്ത നാറ്റം... നിനക്ക് തോന്നുന്നില്ലേ...”

“നിങ്ങൾക്ക് ഭ്രാന്താ”

അവൾ ദേഷ്യത്തോടെ പുറംതിരിഞ്ഞു കിടന്നു. അയാൾ നിസ്സഹായനായി ലൈറ്റണച്ചു ഇരുട്ടിലേക്ക് കണ്ണുംനട്ട് കിടന്നു.

അമ്മ അറിയാൻ (എഴുത്തുകാരന്റെ)

“കഥാർസിസിന്റെ സാദ്ധ്യതകൾ മറന്നുപോയി എന്നതാണ് കലാലോകം ഇന്ന് നേരിടുന്ന വെല്ലുവിളി. എന്റെ സ്ക്രിപ്റ്റ് ഇതിനെ മാറ്റി മറിക്കും. കസ്തൂരിക്കതിൽ നല്ല റോളാണ്. എന്റെ കാൻവാസ് ലോക സിനിമയാണ്.” തിരുവനന്തപുരം പ്രസ് ക്ലബ്ബിന്റെ ശീതീകരിച്ച ഹാളിൽ സംവിധായകനെ തൊട്ടുരുമ്മി ഇരുന്നുകൊണ്ട് ഇത് പറയുമ്പോൾ അയാൾ വിയർത്തിരുന്നു. എഞ്ചിനീയറിങ് പഠനം ഉപേക്ഷിച്ച് കേവലം കൂലിയെഴുത്തുകാരനായി മാറേണ്ടിവന്നതിന്റെ ജാള്യത മറച്ചുപിടിക്കാൻ നന്നേ പാടുപെട്ടു. സ്ഥിരം പറയാറുള്ള ജീവിതകഥയിലെ അമ്മ അയാളുടെ മുഖത്ത് ചിത്രം വരച്ചു. ചാണകം മണക്കുന്ന അമ്മ. കൈകൾ നിറയെ വരകളുള്ള ചൂണ്ടുവിരലിന്റെ നഖത്തിൽ ചെളിയുള്ള അമ്മ. അമ്മയുടെ വിരൽ മുങ്ങിത്താഴുന്ന കുണ്ടൻപാത്രത്തിൽ മോര് വെള്ളം കുടിക്കുമ്പോഴും അയാൾ ഓർത്തിരുന്നത് ഐശ്വര്യറായിയുടെ ‘വെണ്ടയ്ക്ക വിരലിനെ’ കുറിച്ചായിരുന്നല്ലോ?

“എന്റെ അമ്മ ഫെമിനിസ്റ്റാണ്.” അയാൾ പറഞ്ഞിട്ടുണ്ട്. എന്തുകൊണ്ടെന്ന് കൂട്ടുകാർ ചോദിച്ചു. ആദ്യത്തെ പെണ്ണിനെ അനുഭവിച്ച കുറ്റബോധത്താൽ ഒന്നും കഴിക്കാനാകാതെ ഭക്ഷണത്തിന് മുന്നിലിരുന്ന അവനെ അമ്മ ആശ്വസിപ്പിച്ചു.

“സാരമില്ല മാധവിക്കുട്ടി പറയുമ്പോലെ നീ ഡെറ്റോളിട്ട് കുളിക്കുകയൊന്നും വേണ്ട. ഇത് മനുഷ്യ സഹജമാണ്.” പക്ഷേ, അയാളെഴുതിയ കഥ മറ്റൊരാളുടെ പേരിലടിച്ചു വന്നപ്പോൾ അമ്മ ചൊടിച്ചു.

കസ്തൂരി സന്തോഷവതിയായിരുന്നു. തന്റെ പഴയ പേരായ തങ്കമണി എന്നത് മാറ്റി കസ്തൂരി എന്ന് വിളിച്ച അയാളോട് അവൾക്ക് എന്തെന്നില്ലാത്ത അടുപ്പം തോന്നി. അവളുടെ ആദ്യ രണ്ടു ചിത്രങ്ങളും ഹിറ്റാ

യിരുന്നു. മാത്രവുമല്ല തങ്കമണിയുടെ അഴകളവുകളാണ് ഇന്ന് ക്യാമ്പസിൽ ചർച്ചാവിഷയം. തങ്കമണി എന്ന പേര് അവളെ അല്പം നാണിപ്പിച്ചു. എങ്കിലും അമ്മയുടെ ഇടപെടൽ പലപ്പോഴും അവളെ സഹായിച്ചു.

ചലച്ചിത്രോത്സവത്തിൽ പ്രദർശിപ്പിക്കാനുള്ള സിനിമയിലെ നായികയാണ് അവൾ ഇന്ന്. അമ്മ സ്ക്രിപ്റ്റ് മുഴുവനായിട്ടു കണ്ടിട്ടില്ല. ആ ആധി മുഴുവനും അവരുടെ മുഖത്തുണ്ട്.

"അടിവയർ തുറന്നുകാട്ടുന്ന സാരി. അകമ്പടിക്കു മഴ, ഗോവണിപ്പടി കയറാൻ ജീൻസ്, മാറിടത്തിന്റെ മുഴപ്പ് കാട്ടുന്ന ടീ ഷർട്ട്" ഇതാണ് പതിവു കോമ്പിനേഷൻ.

"ഇതെപ്പടിയാകുമോ എന്തോ?" ബിയറും പൊള്ളിച്ച കരിമീനുമായി സായാഹ്നം ആസ്വദിക്കുകയായിരുന്നു അവർ. ബിയർ കുടിച്ച് കനം വെച്ച അമ്മയുടെ മുഖം നോക്കി അരിശത്തോടെ കസ്തൂരി ചോദിച്ചു.

"എന്റെ ശരീരം മാത്രം കണ്ടുകൊണ്ടിരുന്നാൽ പ്രേക്ഷകർക്ക് മടുക്കില്ലേ തള്ളേ."

"ഇല്ലടി പെണ്ണേ" അമ്മ സന്ന്യാസിയെപ്പോലെ പറഞ്ഞു.

"സെക്സ് പൊള്ളിച്ച കരിമീൻപോലെയാണ്. തിന്നു കഴിഞ്ഞാൽ മറക്കും. രുചിമാത്രം നാക്കിൽ നില്ക്കും."

പല പെണ്ണിനൊപ്പം ശയിച്ച് തിയേറ്ററിലെത്തുന്നവന്റെ മനസ്സിൽ അവളുടെ അടിവയർ ഉയർത്തുന്ന പ്രശ്ന സഞ്ചയങ്ങളെക്കുറിച്ച് അമ്മ സംസാരിക്കവേ നടി ഉറക്കത്തിലേക്ക് വഴുതി വീണു.

ദൈവമേ ഇങ്ങനെ ഉറങ്ങിയാൽ അവളുടെ ബോഡിയുടെ കെമിസ്ട്രി ആകെ മാറും. മാർക്കറ്റ് റേറ്റ് കുത്തനെ കുറയും. താരമാതാവ് ആയയെ വിളിച്ചു. പതിനായിരത്തിലധികം രൂപ നല്കി മാദക നടിയുടെ പക്കൽ നിന്നും കൂടുമാറ്റിയതായിരുന്ന ആയയെ.

"എനിക്കുറങ്ങണം. അതു കഴിഞ്ഞ് മതി കുളി" - കസ്തൂരി വിലപിച്ചു. ആര് ശ്രദ്ധിക്കാൻ.

കസ്തൂരിയെ തറയിൽ കമിഴ്ത്തിക്കിടത്തി പച്ചിലമരുന്നുകളുടെ കുഴമ്പ് തേച്ച് പിടിപ്പിച്ചു. കാർപ്പറ്റിൽ കിടന്നു തുളുമ്പുന്ന മകളെ നോക്കി അമ്മ നിർവൃതികൊണ്ടു. ശേഷം അമ്മ ബാല്യകാല സ്മരണകളിലേക്ക് ചുവടുമാറി.

"ചീവീടുകളുടെ ശബ്ദം. പുഴ മുറിച്ച് നീന്തിക്കയറി വരുന്ന ബലിഷ്ഠകായൻ. മഴയിൽ അയാൾ വരും. വലിഞ്ഞുമുറുകുന്ന കരങ്ങൾ. സീൽക്കാര ശബ്ദം. കെട്ടടങ്ങിയ മൺവിളക്ക്.

താര മാതാവ് ഉഷാറായി.

"നാളെ ഷൂട്ടിങ് ഉള്ളതാണ്. നല്ലപോലെ ശ്രദ്ധിക്കണം."

"എനിക്ക് പണിയറിയാം," ആയ ഈറ്റപ്പുലിയെപ്പോലെ തിരിച്ചടിച്ചു.

പിറ്റേന്ന് ഷൂട്ടിങ് തുടങ്ങി. ദാരിദ്ര്യവും കാലുഷ്യവും കലർന്ന വേഷം, കസ്തൂരി മുഷിഞ്ഞു. പൊട്ടിച്ചിരിയുടെ ഒരു ക്ലോസപ്പെങ്കിലുമുണ്ടായിരുന്നെങ്കിൽ അവൾ ആശിച്ചു. എപ്പോഴും ദുഃഖവും പരിഭവവും. ആകെ

മടുത്തു. വൃത്തികെട്ട സാരിയും ബ്ലൗസും. അവളുടെ ശരീരം വീർപ്പുമുട്ടി. ക്യാമറ അവളുടെ മുഖത്ത് മാത്രം ഫോക്കസ് ചെയ്യുകയാണ്. പുത്തൻ അനുഭവം. സംവിധായകന് ഒരു കുലുക്കവുമില്ല. അയാൾ ചിരിച്ചുകൊണ്ട് പറഞ്ഞു.

"ചലച്ചിത്രോത്സവങ്ങൾ മാത്രം ലക്ഷ്യമിട്ടുകൊണ്ടുള്ള മഹത്തായ സിനിമയിലാണ് കസ്തൂരി അഭിനയിക്കുന്നത്. അതും മലയാളത്തിന്റെ മഹാനടനോടൊപ്പം" അവളുടെ കണ്ണുനീർ എന്നിട്ടും തോർന്നില്ല. താര മാതാവും ആയയും അവളെ ആശ്വസിപ്പിക്കാൻ കഴിയുന്നത്ര ശ്രമിച്ചു.

"ഫിലിം ഫെസ്റ്റല്ലേ... അപ്പോൾ ഒരു കിടപ്പറ രംഗമെങ്കിലുമുണ്ടാകും. സംവിധായകനെ മനസ്സിലാക്കാൻ കഴിയുന്നില്ല. എന്തോ ഒരു രഹസ്യം അയാൾ ഒളിപ്പിച്ചുവെക്കുന്നുണ്ട്. ചിലപ്പോൾ ഏതെങ്കിലും ചൂടൻ രംഗ മാകാം."

താരമാതാവ് തന്റെ അനുഭവ സമ്പത്ത് വെളിപാടുപോലെ വിളിച്ചു പറയാൻ തുടങ്ങി.

"പരിശുദ്ധയായ വീട്ടമ്മയായാലെന്ത്? ഭർത്താവ് ബ്രായുടെ ഹുക്ക ഴിക്കുന്ന രംഗം തിരുകി കയറ്റാമല്ലോ? അല്ലെങ്കിൽ മുറ്റമടിക്കുമ്പോൾ നിതം ബത്തിന്റെ നിമ്നോന്നതങ്ങൾ" താരമാതാവ് അവസാനിപ്പിക്കാനുള്ള മട്ടു കാണിക്കുന്നില്ല. സെറ്റിൽ വെച്ച് അവർ സഹസംവിധായകനോട് തുടർന്നു.

"കസ്തൂരിയുടെ ഹിറ്റുകൾ കണ്ടിട്ടുണ്ടോ? അതിലെ പാട്ടു സീൻ... ചുംബന രംഗങ്ങൾ"

"ഈ പടം പുറത്തിറങ്ങിയാൽ കസ്തൂരി വലിയ നടിയായി അംഗീ കരിക്കപ്പെടും" സഹസംവിധായകൻ സവിനയം മൊഴിഞ്ഞു. സ്ക്രിപ്റ്റിന്റെ അവസാന ഭാഗമെങ്ങനെ? എഴുത്തുകാരനെ കാണാൻപോലും കിട്ടുന്നി ല്ലല്ലോ? അമ്മയുടെ ആശങ്കകൾ കൂടിക്കൂടി വന്നു.

"എല്ലാം സംവിധായകന്റെ തലയ്ക്കകത്താണ്" സഹസംവിധായ കന്റെ മൊഴി.

"അപ്പോൾ എഴുത്തുകാരൻ. സംവിധായകൻ ഒരു ബോറനാണ്."

നായികയുടെ ഏകാന്തത ചിത്രീകരിക്കാൻ ഒരു മഴയത്തുള്ള പാട്ടെ ങ്കിലും ചിത്രീകരിക്കാമായിരുന്നു. അത് കസ്തൂരിയെ ഉത്തേജിപ്പിക്കു മെന്നും അവൾ മനോധർമ്മമിടുമെന്നും എന്തുകൊണ്ട് അയാൾ ചിന്തി ക്കുന്നില്ല. അവളുടെ ആരാധകർ തിയേറ്ററിലേക്ക് ഇടിച്ചുകേറുമെന്നും ഈ മണ്ടൻ ഓർക്കുന്നില്ല."

സഹസംവിധായകൻ കാര്യങ്ങൾ മനസ്സിലാക്കി പതമുള്ളയിടത്ത് കുഴിക്കുക. ഫീൽഡിലെ തന്റെ ഗുരു (കഞ്ചാവ്+മദ്യം=ലഹരി) വചനം അയാൾ ഓർത്തു.

"അടുത്ത വിഷുവിന് സ്വതന്ത്ര സംവിധായകൻ എന്ന നിലയിൽ എന്റെ പടം പുറത്തുവരും. അത് അമ്മ പറഞ്ഞ രീതിയിലുള്ളതാണ്. കസ്തൂരിയുടെ ഡേറ്റ് വേണം. ഒരു നിർമ്മാതാവിനെ ഞാൻ നോട്ടമിട്ടു വച്ചിട്ടുണ്ട്."

അപ്പോഴേക്കും സംവിധായകന്റെ ശബ്ദമുയർന്നു. സ്റ്റാർട്ട് ആക്ഷൻ. മറ്റൊരു സീനിലേക്ക് തിരിയുന്ന ക്യാമറ. ജീവിത വിജയം നേടിയ സഹ പാഠിയെ കാണുന്ന നായിക. ലൂസായ ബ്ലൗസും പിഞ്ഞിയ സാരിയും അണിഞ്ഞ് കസ്തൂരി. മുഖത്ത് മേക്കപ്പില്ല. മകളെ കണ്ട താരമാതാവിന്റെ നെഞ്ചു തകർന്നു. സ്ക്രിപ്റ്റ് നോക്കാതെ ഡേറ്റ് കൊടുത്ത തന്റെ മണ്ട ത്തരത്തിൽ അവർ ശപിച്ചു. എഴുത്തുകാരനെ കണ്ട് തിരക്കഥയിൽ മാറ്റം വരുത്തുക. അതേയുള്ളു പോംവഴി.

അന്ന് രാത്രി താരമാതാവ് അഹങ്കാരത്തിന്റെ മൂടുപടമൂരിവെച്ച് എഴു ത്തുകാരനെ ചെന്നു കണ്ടു. വില കുറഞ്ഞ റമ്മിന്റെ മണമുള്ള മുറിയിൽ തലയും ചൊറിഞ്ഞുകൊണ്ടിരിക്കുകയായിരുന്ന അയാൾ മക്മൽ ബഫി നെയും, കിംകി ഡുക്കിനെയും മനസ്സിൽ ധ്യാനിച്ച് ക്ലൈമാക്സ് സീൻ എഴുതാനുള്ള ആ 'ഇരുപ്പ്' താരമാതാവ് വന്ന് അലോസരപ്പെടുത്തി.

"മകൾ അങ്ങയെ കാണാൻ ആഗ്രഹിക്കുന്നു. താങ്കളുടെ ഡയലോ ഗുകൾ പറഞ്ഞ് പറഞ്ഞ് അവൾ താങ്കളുടെ ആരാധികയായി മാറി."

തന്റെ കഥാപാത്രത്തെ അവതരിപ്പിക്കുന്ന നടി. തന്നെ കാണാൻ കാത്തുനില്ക്കുക. സന്തോഷമേയുള്ളുവെന്ന് പറഞ്ഞ് എഴുത്തുകാരൻ മെല്ലിച്ച കൈകൊണ്ട് ഗ്ലാസിൽ നിറഞ്ഞുനിന്ന റം ഒറ്റവലിക്ക് കുടിച്ചു. അതോടെ അയാൾ പരവശനും ദേഹം നിറയെ വിയർത്തവനുമായി. ഇത്തരം സന്ദർഭങ്ങളെ അപരിചിതമായ മട്ടും ഭാവത്തോടെയും അയാൾ കസ്തൂരിയെ സ്വീകരിച്ചു.

അവൾ ശകുന്തളയെപ്പോലെ ലജ്ജാവതിയായി നിലത്ത് ചിത്രം വരച്ചു.

"നിങ്ങൾ സംസാരിക്കൂ" താരമാതാവ് തന്ത്രപൂർവ്വം അരങ്ങൊഴിഞ്ഞു.

കസ്തൂരി അയാൾക്കരികെ ഇരുന്നു. നേർത്ത വസ്ത്രങ്ങൾ മാംസ ളമായ ഫ്രെയിമുകൾ തീർത്തു. കസ്തൂരി അയാളെ മുട്ടിയുരുമ്മിക്കൊണ്ട് പറഞ്ഞു.

"കഥയിൽ ചെറിയ മാറ്റം. ഭർത്താവിനോടുള്ള ദേഷ്യം സഹിക്കാതെ പൂർവ്വ കാമുകനുമായി ശയിക്കുന്ന രംഗം അതുമതി. അതിന് പകരം ഞാൻ എന്തും തരും."

എഴുത്തുകാരൻ വിറയലോടെ പറഞ്ഞു.

"സോദരി എന്റെ മനസ്സിൽ ഉദാത്തമായ അന്വേഷണത്വരയോടെ അല യുന്ന ഒരാൾ ഉണ്ട്. പക്ഷേ, പട്ടിണിയും പരിവട്ടവും അന്നേരം കിട്ടിയ താണ് ഈ ചാൻസ്. ഞാൻ പാവം കൂലിയെഴുത്തുകാരൻ. സംവിധായ കനാണ് രാജാവ്."

കാര്യമായി ഒന്നും ഭക്ഷിക്കാത്തതിനാൽ അയാളുടെ നാവ് പുറ ത്തേക്ക് തള്ളി നിന്നു.

"പെങ്ങൾ എന്നോട് ക്ഷമിക്കണം" എഴുത്തുകാരൻ ഒരുവിധം പറ ഞ്ഞൊപ്പിച്ചു.

കഥാപാത്രങ്ങളെ മാറ്റിമറിക്കാൻ സ്വാതന്ത്ര്യമില്ലാത്ത എന്നെ

വെറുതെ വിടൂ... പെങ്ങളേ"

കസ്തൂരി വിരലിലുണ്ടായിരുന്ന മോതിരങ്ങൾ ഊരിയെടുത്ത് അയാൾക്കു നേരെ എറിഞ്ഞു.

"ഇത് വിറ്റ് പട്ടിണിമാറ്റ്. ഈ വക പണി കളഞ്ഞ് ആണിനെപ്പോലെ ജീവിക്ക്."

ദേഷ്യംകൊണ്ട് അവൾ വിറച്ചു. സാരി മാറി, ബ്ലൗസിനിടയിലൂടെ അവളുടെ മുലകൾ ത്രസിച്ചുകൊണ്ട് മുന്നോട്ടാഞ്ഞു. അതുകണ്ട എഴുത്തുകാരൻ കൈകൂപ്പിക്കൊണ്ട് വിളിച്ചു.

"അമ്മേ."

ആദിദ്രാവിഡം

ജെന്നിഫർ എന്നും എന്നെ അതിശയിപ്പിച്ചിട്ടേയുള്ളൂ. അക്ഷരങ്ങളിലൂടെ ഒരാൾക്ക് മറ്റൊരാളെ എങ്ങനെ ഗാഢമായി പ്രണയിക്കാമെന്ന് അവളെനിക്ക് കാണിച്ചു തന്നു. ഇ-മെയിൽ സന്ദേശങ്ങൾ കാപ്പിറ്റലിസത്തിന്റെ വിസർജ്ജമാണെന്ന എന്റെ സങ്കല്പം അവൾ തിരുത്തി. മാർക്സിന്റെ നാട്ടുകാരി എന്നതിലുപരി ഹെസ്സെയുടെയും ഗുണ്ടർട്ടിന്റെയും നാട്ടുകാരി എന്നറിയപ്പെടാനാണ് അവൾക്ക് താല്പര്യം. സൃഷ്ടിയുടെ ഉഷ്ണമേഖലകളിൽനിന്നും എന്നെ കുടജാദ്രിയുടെ ഊഷ്മളതയിലേക്കെത്തിച്ചത് അവളുടെ മറ്റൊരു അത്ഭുത പ്രവൃത്തി.

പൊടിപടലങ്ങൾ അണിയലുകൾ തീർത്ത എന്റെ പണിശാലയിൽ അവൾ കടന്നുവന്ന നേരവും കാലവും എനിക്കോർമ്മയില്ല. അച്ഛൻ തെയ്യക്കോപ്പുകൾ സൂക്ഷിച്ച പുരയുടെ ഒരു ഭാഗത്തായിരുന്നു എന്റെയും പണിപ്പുര. പുരുഷപ്രതിമയുടെ പണിയിലായിരുന്നു മാസങ്ങളായി ഞാൻ. കരിങ്കല്ലിൽ തുടർച്ചയായി പതിയുന്ന കല്ലുളിയുടെ നാദം എന്റെ മനസ്സിലെ ഉന്മാദത്തിന് താരാട്ട് തീർത്തു. “വേണു ഡു യു ഗോട്ട് മീ” കൈയിലുണ്ടായിരുന്ന ബാഗ് ഒരുഭാഗത്ത് ഒതുക്കിവെച്ച് ജെന്നിഫർ ചോദിച്ചു.

അവളെ എനിക്ക് അപരിചിതയായി തോന്നിയില്ല.

“എനിക്ക് നിന്നെ കാണണമെന്ന് തോന്നി. ഞാനിങ്ങ് വന്നു.”

പാതിരൂപമായി കിടക്കുന്ന പ്രതിമയെ തൊട്ടും തലോടിയും ഇരിക്കവെ അവൾ പറഞ്ഞു. ശേഷം അവളുടെ വിരലുകൾ എന്നിലൂടെ ചലിച്ചു. കുളി വല്ലപ്പോഴുമായതിനാൽ കരിങ്കൽപ്പൊടിയും വിയർപ്പും ചേർന്ന് എന്റെ ശരീരം ചതപ്പുനിലത്തെ അനുസ്മരിപ്പിച്ചു.

“ഇതിന്റെ അഗ്രഭാഗം നന്നായിട്ടില്ല. അത് വൃഷണത്തിൽനിന്നും അല്പം വിട്ടുനില്ക്കണം-” പ്രതിമയുടെ ലിംഗത്തിലേക്ക് വിരൽചൂണ്ടി

ക്കൊണ്ട് ജെന്നിഫർ പറഞ്ഞു.

അത് ശരിയാണെന്ന് എനിക്കും തോന്നി. പുരുഷ നഗ്നത ഞാനത്ര സൂക്ഷ്മമായി നിരീക്ഷിച്ചിട്ടില്ലായിരുന്നു.

ജനിതകശാസ്ത്രത്തിൽ ഡോക്ടറേറ്റുള്ള ജെന്നിക്ക് ലിംഗത്തോടുള്ള കൗതുകം സാധാരണ പെണ്ണുങ്ങളിൽനിന്നും വ്യത്യസ്തമായിരിക്കാം. ശിവ ലിംഗത്തെപ്പറ്റി അവൾ പറഞ്ഞാണ് തോറ്റം പാട്ടുകൾക്കിടയിൽ പിച്ചവെച്ച ഞാൻപോലും പലതുമറിഞ്ഞത്.

കൊല്ലൂരിലേക്കുള്ള യാത്രയ്ക്കിടയിൽ ഞാൻ അവളെത്തന്നെ നോക്കിയിരിക്കുകയായിരുന്നു. വെട്ടിയൊതുക്കിയ സ്വർണ്ണത്തലമുടിയും നീലക്കണ്ണുകളും അവളെ സുന്ദരിയാക്കി. നീളമുള്ള കൈവിരലുകൾ പക്ഷേ, ഉയർന്ന ചുമലുകൾ, അത് അവളുടെ അംഗനച്ചേലിന് പൊരുത്ത പ്പെടാത്തതായി എനിക്ക് തോന്നി. അവൾ കൊച്ചുകുഞ്ഞിനെപ്പോലെ എല്ലാം നോക്കി കാണുകയും നിർത്താതെ സംസാരിക്കുകയും ചെയ്തു.

അങ്ങകലെ പൈൻമരങ്ങളുടെ താഴ്വരയിലെ വീടിനെക്കുറിച്ചും ചരിത്രം പഠിപ്പിക്കുന്ന അദ്ധ്യാപകരായ ജെന്നിയുടെ മാതാപിതാക്കളെ ക്കുറിച്ചും ഞാനോർത്തു. അവൾക്ക് ജനിതകശാസ്ത്രത്തിന് പുറമെ ചിത്ര രചനയിലും സിനിമയിലും കമ്പമുണ്ട്.

"യൂ നീഡ് എ സ്റ്റിഫ് വൺ-" ഞങ്ങളുടെ ഭാണ്ഡക്കെട്ടുകൾ ഒരു മര ക്കൊമ്പിൽ കൊളുത്തി വെക്കുകയായിരുന്നു അവൾ.

"നിനക്ക് മനഃശാസ്ത്രവും വശമുണ്ട്. ശരിക്കും ജീനിയസ്-" ഞാൻ ചിരിച്ചുകൊണ്ട് പറഞ്ഞു.

അവളെനിക്കായി കൊണ്ടുവന്ന മെക്സിക്കൻ റം ഗ്ലാസിലേക്കൊ ഴിച്ച് ഞാൻ അത് ഒറ്റവലിക്ക് കുടിച്ചു. മൂന്നാമത്തെ പെഗ്ഗിൽ അവൾ എന്റെ സുരപാനത്തിന് തടയിട്ടു.

"നിങ്ങളുടെ ദൈവങ്ങളും നല്ല കുടിയന്മാരാണ്."

"ഏയ് അങ്ങനെയൊന്നുമില്ല. എല്ലാം അറിയുന്നവന് മാത്രമാണ് ഇവിടെ ഇടംകിട്ടുക. ശങ്കരന്റെ അന്വേഷണം പെണ്ണിനെ അറിയുന്നതിൽ എത്തിയില്ലേ? ഹെസ്സെയുടെ സിദ്ധാർത്ഥന്റെ അലച്ചിലും അതിനായിരു ന്നില്ലേ-" മദ്യം എന്റെ ഞരമ്പുകളെ ഇളക്കിയിരുന്നു.

"നിന്റെ ആര്യൻ കോംപ്ലക്സ് തികട്ടിവരുന്നുണ്ടോ?"

"പക്ഷേ, തെയ്യം. ഞാനതിന്റെ വീഡിയോ ടേപ്പ് കണ്ടിട്ടുണ്ട്. മനു ഷ്യർ ദൈവത്തിന്റെ വേഷമണിയുക, ആളുകൾ അതിനെ വണങ്ങുക. കമ്യൂണിസം പറയുന്ന നിങ്ങളെല്ലാം അതിനെ അംഗീകരിക്കുക-" ജെന്നി സന്ദേഹം മറച്ചുവെച്ചില്ല.

"എന്റെ ഗ്രാമത്തിൽ പാർട്ടിയുടെ ലോക്കൽസെക്രട്ടറി തെയ്യക്കോല മണിയും വെളിപാടുകൾ വിളിച്ചുപറയും. പൈതങ്ങൾക്ക് കൊണംവരു ത്തണേ. കോലമഴിച്ച് വെച്ച് പിറ്റേദിവസം അയാൾ വിലക്കയറ്റത്തിനെ തിരെ കളക്ടറേറ്റ് ഉപരോധിക്കാൻ പോകും. സോഷ്യലിസത്തിലേക്കുള്ള വ്യത്യസ്ത പാതകൾ. നിഷ്കളങ്കനായ ദ്രാവിഡന്റെ വിചാരങ്ങൾ." ഞാൻ

ചിരിച്ചുകൊണ്ട് പറഞ്ഞു. ‘‘ഇതൊക്കെ തമാശയായി കാണണം. അതൊക്കെ അങ്ങനെ നടന്നോട്ടെ.’’

ജെന്നി ചിരിച്ചു. നെറുകയിൽനിന്നും മൂക്കിൻ തുമ്പത്തൂടെ ഒലിച്ചിറങ്ങുകയായിരുന്ന വിയർപ്പുമണികൾ പൊട്ടിച്ചിതറി.

സന്ധ്യ. നേർത്ത കാറ്റ്. അതിനേക്കാൾ നേർത്ത പ്രകാശം. കുടജാദ്രിയിലെ പാറപ്പരപ്പുകൾ വിജനമായി.

“വേണു” അവൾ എന്റെ ചുമലുകളിൽ കൈവെച്ചു.

“മ്യൂണിക്കിലെ എന്റെ പരീക്ഷണശാലയിലെ രാസനാളികളിൽ ഒന്നിൽ പുരുഷബീജങ്ങൾ പരൽമീനിനെപ്പോലെ നീന്തിത്തുടിക്കുന്നത് ഞാൻ കണ്ടു. ശീതം ഉറഞ്ഞുകൂടിയ എന്റെ ഗർഭാശയം അന്നേരം നിനക്കായി മിടിച്ചു. ഞാൻ വന്നത് അതിനാണ്.”

“ജെന്നി-” ദുർബ്ബലമായ എന്റെ ശരീരം വിറച്ചു.

അവളുടെ ചുണ്ടുകൾ വിടർന്നു. മുലകൾ എഴുന്നുവന്നു. കാറ്റിന് വേഗമേറി. പച്ചക്കുരുത്തോലയുടെ ഗന്ധം. അതോടൊപ്പം ചിലമ്പൊലി മുഴങ്ങി. ചെണ്ടയുടെ രൗദ്രതാളം. ഉവ്വേ ഉവ്വേ........ ആർപ്പുവിളികൾ. പിണഞ്ഞുചേർന്ന ശരീരങ്ങൾ പാറപ്പരപ്പിൽ ഞെരിഞ്ഞമർന്നു. മഞ്ഞൾക്കുറിപോലെ പൊടിപടലങ്ങൾ ഉയർന്നു........ ചെണ്ടയുടെ മുറുക്കം അയഞ്ഞുവന്നു. ആർപ്പുവിളികൾ നിലച്ചു. കാറ്റ് നേർത്തു. പ്രകാശം അതിലേറെ നേർത്തു.

പാറപ്പരപ്പിൽ കാലുകളകറ്റി വെച്ച് മലർന്ന് കിടന്നുറങ്ങുന്ന ജെന്നി. ഞാനവളുടെ അടിവയറ്റിലേക്ക് നോക്കി. വെളുപ്പും ചുവപ്പും കലർന്ന നിറം. അതിൽപ്പറ്റിപിടിച്ച് എന്റെ ശരീരത്തിലെ കരിങ്കൽപ്പൊടികളും മുറിഞ്ഞുപോയ അവളുടെ മേനിയിലെ ചോരയും ചേർന്ന് വരച്ചുവെച്ചൊരു രൂപം. അത് ഗ്രിഗർമെൻഡലിന്റെ പിരിയൻഗോവണിയായി എനിക്ക് തോന്നി.

നയന

അഷ്ടമുടിക്കായലിനെ പൊതിഞ്ഞു നിന്ന ഇരുട്ടിനെ വകഞ്ഞുമാറ്റി വണ്ടി മെല്ലെ കുതിച്ചു. നയന ജനാലയിലൂടെ പുറത്തേക്ക് നോക്കി. ചിത്രകാരന്റെ ക്യാൻവാസ്പോലുള്ള ആകാശം. അറബിക്കടലിലേക്ക് മെല്ലെ മറയുന്ന അരുണിമ എന്നും അവളെ ആഹ്ലാദവതിയാക്കിട്ടുള്ള കാഴ്ച പക്ഷേ, അവൾക്ക് ദുഃസൂചനകളാണ് നല്കിയത്. എതിർ സീറ്റിൽ അച്ഛനും അമ്മയും. പൊതുവെ ക്ഷീണിച്ച മുഖത്ത് അല്പം കാളിമപരന്നിട്ടുണ്ട്. അമ്മയ്ക്ക് ഒരു കുലുക്കവും ഇല്ല. അതുപിന്നെ പണ്ടേ അങ്ങനെയാണല്ലോ. മീനുക്കുട്ടി അവൾ ചിറ്റയുടെ കൂടെയായിരിക്കും.

വണ്ടിക്ക് വേഗമേറി. അവളുടെ ചിന്തയ്ക്കും. അതുപക്ഷേ, പിറകിലേക്ക് ചലിച്ചു. എന്താണ് തനിക്ക് പറ്റിയത്. അഡ്വ. നയനാ മേനോൻ - ബാറിലെ പെൺപുലി, കവയിത്രി, സാമൂഹ്യപ്രവർത്തക, വികലാംഗനായ ഉണ്ണിക്കൃഷ്ണനെ പ്രണയിച്ച് വിവാഹം കഴിച്ചവൾ. മീനുക്കുട്ടിയുടെ സ്നേഹമയിയായ അമ്മ. ആത്മഹത്യക്ക് ശ്രമിച്ച് തിരുവനന്തപുരം മെഡിക്കൽ കോളേജിലെ ഐ സി യുവിൽ ഒരു മാസക്കാലം, പത്രങ്ങളിൽ ചൂടൻ വാർത്ത. ആൾക്കാരുടെ സഹതാപത്തോടെയുള്ള നോട്ടം. കുത്തുവാക്കുകൾ. ഇനി.......

ഉണ്ണിയേട്ടൻ ഇങ്ങനെ മാറുമെന്ന് അവൾ കരുതിയതല്ല. അറിയുമ്പോഴേക്കും എല്ലാം പിടിവിട്ട് പോയിരുന്നു. സ്നേഹം നഷ്ടപ്പെടുമെന്ന തോന്നൽ. അസഹ്യമായ ഒറ്റപ്പെടൽ. മീനുക്കുട്ടിയുടെ നിഷ്കളങ്കമായ ചിരി വലിയ ദംഷ്ട്രകളായി നീണ്ടുവരുന്നതായി സ്വപ്നം കണ്ട രാത്രി. മനസ്സിന്റെ സമനില തെറ്റിയതുപോലെ.

രണ്ട്

അകനെല്ലൂർ പാർത്ഥസാരഥി ക്ഷേത്രം. അകനെല്ലൂർ തറവാട്ടുകാരുടെ കുടുംബ ക്ഷേത്രം. ആണ്ടിലൊരിക്കലുള്ള ഉത്സവം നാട്ടിൽ പ്രശസ്തമാണ്. നയനയുടെ അമ്മയുടെ തറവാടാണ് അകനെല്ലൂർ. മന്ത്രവും തന്ത്രവുമറിയുന്ന ഉഗ്രപ്രതാപികളായിരുന്ന അകനെല്ലൂരിലെ പൂർവ്വികർ. നന്മയുടെ വഴിയേ ചലിച്ച അകനെല്ലൂർ മാന്ത്രികർക്ക് കൃഷ്ണൻ നേരിട്ട് ദർശനം നല്കിയെന്നും പാർത്ഥസാരഥി രൂപത്തിൽത്തന്നെ ഉപാസിക്കാൻ അനുമതി നല്കിയെന്നുമാണ് ഐതിഹ്യം. നിത്യപൂജയുള്ള അപൂർവ്വം കുടുംബക്ഷേത്രങ്ങളിൽ ഒന്നാണത്.

ഏഴ് നാളുകളുള്ള ഉത്സവത്തിൽ മൂന്നാം നാളിലെ ദീപാരാധന തറവാട്ടിലെ കന്യകകൾക്കുള്ളതാണ്. അന്ന് രാധാസമേതനായ കൃഷ്ണന്റെ സാന്നിദ്ധ്യം ശ്രീകോവിലിലുണ്ടാകുമെന്നാണ് വിശ്വാസം. തറവാട്ടിലെ സമപ്രായക്കാർക്കൊപ്പം ക്ഷേത്രത്തിലെത്തിയതാണ് നയന. ദീപാലംകൃതമായ ക്ഷേത്രം. നെയ്യിന്റെ നറുമണം അംഗനമാരുടെ മുടിക്കെട്ടിലെ മുല്ലയോട് മത്സരിച്ച് തോല്ക്കുന്നു. കൃഷ്ണസ്തുതി പാടുന്ന സോപാന ഗായകർ

കരുണ ചെയ്യാൻ താമസമെന്തേ....കൃഷ്ണാ...

ഇടയ്ക്കയുടെ പതിഞ്ഞ താളം. ചുരുൾമുടിക്കാരൻ ഗായകൻ. വെളുത്തു മെലിഞ്ഞ ശരീരം. താടിയും മീശയുമില്ലാത്ത മുഖത്തിന് വല്ലാത്ത തേജസ്. സ്നേഹോർജ്ജം പ്രഹരിക്കുന്ന കുഞ്ഞ് നക്ഷത്രങ്ങളെപ്പോലുള്ള കണ്ണുകൾ. നയന കൃഷ്ണനെ മറന്നു, ക്ഷേത്രത്തെ മറന്നു, കൂട്ടുകാരികളെ മറന്നു. പാട്ട് അവൾ കേട്ടില്ല, അവൾ ഗായകനെ കണ്ടു. കൺകുളിർക്കെ........ദീപാരാധന കഴിഞ്ഞു. ഇടയ്ക്കയുടെ നാദം നിലച്ചു. ഭക്തരുടെ കൈകളിലേക്ക് പൂജാരി പ്രസാദം ചൊരിഞ്ഞു. സന്ധ്യക്ക് കൂട്ടായെത്തിയ ഇളംകാറ്റിൽ ദീപങ്ങൾ മെല്ലെയണഞ്ഞു.

ആരാണ് ആ പുതിയ ഗായകൻ. നയനയുടെ വക്കീൽ ബുദ്ധിയുണർന്നു. മരിച്ചുപോയ ഗോവിന്ദപ്പൊതുവാളുടെ മകൻ. ഉണ്ണികൃഷ്ണ പൊതുവാൾ. ഒരു കാലിന് ശേഷി കുറവാണ്. ഗായകൻ മാത്രമല്ല ചിത്രകാരനും കൂടിയാണ്. വിദ്യാഭ്യാസം പ്രീഡിഗ്രി തോറ്റു. നയനയുടെ സ്വപ്നങ്ങളിൽ ഉണ്ണി നിറഞ്ഞു. അഡ്വ. നയനാ മേനോൻ കാമുകിയായി. ഉണ്ണിയെക്കണ്ടു. സംസാരിച്ചു.

മൂന്ന്

നയന തന്റെ തീരുമാനം വീട്ടിൽ അറിയിച്ചു. അച്ഛൻ പതിവുപോലെ ചിന്താവിഷ്ടനായി അകലേക്ക് നോക്കിയിരുന്നു. അമ്മ സുഭദ്രത്തങ്കച്ചി പൊട്ടിത്തെറിച്ചു.

“ആ അത്താഴപ്പട്ടിണിക്കാരനെയാണോ നീ കല്യാണം കഴിക്കാൻ

പോകുന്നത്. പോരാത്തതിന് ചട്ടുകാലനും. അകനെല്ലൂർകാർക്ക് അന്തസ്സും ആഭിജാത്യവുമുണ്ട്."

ദാമോദരക്കൈമൾ മെല്ലെ ഇടപെട്ടു.

"സുഭദ്രേ അവളുടെ ഇഷ്ടമല്ലേ വലുത്."

"അങ്ങനെയല്ലേ നിങ്ങൾ പറയൂ. നിങ്ങളും ഉടുതുണിക്ക് മറുതുണിയില്ലാതെ ഇവിടെ കയറിവന്നതല്ലേ. വിത്ത് ഗുണം പത്ത് ഗുണം." സുഭദ്രതങ്കച്ചി നിന്ന് വിറച്ചു.

"ഞാൻ പ്രായപൂർത്തിയായ പെണ്ണാണ് പോരാത്തതിന് നിയമവും അറിയാം. എന്റെ ജീവിതം ഞാൻ തീരുമാനിച്ചതുപോലെ നടക്കും." നയന തന്റെ തീരുമാനം വ്യക്തമാക്കി.

അപ്പോഴാണ് നയനയുടെ പക്ഷം പിടിക്കാൻ ഒരാൾ അപ്രതീക്ഷിതമായി കടന്ന് വന്നത്. നയനയുടെ ചിറ്റപ്പൻ. വരാപ്പുഴ ശ്രീകുമാർ. അറിയപ്പെടുന്ന സീരിയൽ നിർമ്മാതാവും സംവിധായകനും. സുഭദ്രത്തങ്കച്ചിയുടെ അനുജത്തി മായത്തങ്കച്ചിയുടെ ഭർത്താവ്.

"ഏട്ടത്തി നയന പറയുന്നത് മനസ്സിലാക്കണം. അവൾക്ക് ഉണ്ണിയെ ഇഷ്ടമാണ്. പിന്നെ സാമ്പത്തികം. അത് നമ്മൾക്ക് വേണ്ടുവോളം ഇല്ലേ. ഉണ്ണിയെ നമുക്ക് മാറ്റിയെടുക്കാം. അവൻ ഒരു കലാകാരനല്ലേ. കഴിവുള്ളവർ ഇപ്പോൾ ഫീൽഡിൽ കുറവാണ്. ഉണ്ണിക്ക് അത് വേണ്ടുവോളം ഉണ്ട്." ചിറ്റപ്പൻ നയനയെ ന്യായീകരിച്ചു.

"ഞാനൊന്ന് ആലോചിക്കട്ടെ." സുഭദ്രത്തങ്കച്ചി മുറിയിലേക്ക് കയറിപ്പോയി. ദാമോദരക്കൈമൾ ശ്രീകുമാറിനെനോക്കി ചിരിച്ചു. ശ്രീകുമാർ നയനയെ നോക്കി. അവൾക്ക് എന്ത് പറയണമെന്നറിയില്ല.

നാല്

ചിറ്റപ്പന്റെ പിന്തുണ നയനയെ അത്ഭുതപ്പെടുത്തി. അവൾ പഠിച്ചതും വളർന്നതും ചിറ്റയുടെകൂടെ തിരുവനന്തപുരത്തായിരുന്നു. തിരുവനന്തപുരം ലോ കോളേജിലെ പഠനകാലം. വരാപ്പുഴ ശ്രീകുമാർ സീരിയൽ രംഗത്തെ താരമാണ്. അവരുടെകൂടെയാണ് നയനയുടെ വാസം. വീടിന്റെ മുകളിലത്തെ നില കലാകാരന്മാർക്കുള്ളതാണ്. മദ്യപാനസഭയും കഥാചർച്ചകളുംകൊണ്ട് സജീവമാണ് രാപ്പകലുകൾ. നയനയ്ക്ക് അതിൽ കൗതുകം തോന്നാതെയില്ല. നയന സുന്ദരിയാണ്. പക്ഷേ, കവയിത്രിയായി അറിയപ്പെടണമെന്നാണ് അവളുടെ ആഗ്രഹം. ചില കവിതകൾ വാരികകളിൽ പ്രസിദ്ധീകരിച്ചു. മകൾ വക്കീലായി അകനെല്ലൂരിന്റെ പാരമ്പര്യം ഉയർത്തിപ്പിടിക്കണമെന്ന വാശിയിലാണ് സുഭദ്രത്തങ്കച്ചി. വീട്ടിൽ ചിറ്റയില്ലാത്ത ഒരു ദിവസം വരാപ്പുഴ ശ്രീകുമാർ അവളുടെ മുറിയിൽ കയറിവന്നു. അല്പം ലഹരിയിലാണെന്ന് മുഖം കണ്ടാലറിയാം.

"നയനേ നീ സുന്ദരിയാണ്. അല്പം പരിശീലനം ലഭിച്ചാൽ ഉർവ്വശി പട്ടംവരെകിട്ടുന്ന അഭിനേത്രിയാകും നീ. അല്ല ഈ ശ്രീകുമാർ നിന്നെ

അങ്ങനെയാക്കി മാറ്റും." അയാൾ അവളുടെ നീണ്ട കാർക്കൂന്തൽ മെല്ലെ തലോടി. നയന അയാളുടെ കൈ തട്ടിമാറ്റി. കോളിങ്ബെല്ലിന്റെ ശബ്ദം. ചിറ്റയാണെന്ന് തോന്നുന്നു. അതെ ചിറ്റതന്നെ. ചിറ്റപ്പനെ മനസ്സിലാക്കാൻ നയന പാടുപെട്ടു. മകളോടുള്ള വാത്സല്യമോ അതോ...? കലാകാരന്മാർ അവരുടെ മേഖലകളിൽ നന്മയുടെ അവതാരങ്ങളായിരിക്കും. എന്നാൽ പ്രവൃത്തിയിൽ ചെറ്റകളുമായിരിക്കും. ഇതവളുടെ കേട്ടറിവാണ്. അവൾ ആകെ കൺഫ്യൂഷനിലായി.

ചിറ്റയാകട്ടെ സീരിയൽ രംഗത്ത് ഗ്ലാമറിൽ മതിമറന്ന് ജീവിക്കുകയാണ്. അവരോട് സംസാരിച്ചിട്ട് കാര്യമില്ല.

അഞ്ച്

വരാപ്പുഴ ശ്രീകുമാറിന്റെ വാക്കുകൾ കേട്ട് സുഭദ്രത്തങ്കച്ചി തീരുമാനങ്ങൾ മാറ്റി. അവർ വിവാഹത്തിന് സമ്മതിച്ചു. തൃശൂരിലെ പ്രശസ്തമായ ഓഡിറ്റോറിയത്തിൽ ആർഭാടപൂർവ്വം വിവാഹം. വനിതാ മാസികകൾ നയനയുടെ വികലാംഗനോടുള്ള പ്രണയവും വിവാഹവും വാഴ്ത്തിപ്പാടി.

ഉണ്ണികൃഷ്ണ പൊതുവാൾ അകനെല്ലൂർ തറവാട്ടിലെ അംഗമായി. സോപാനത്തിലെ കൊട്ടിപ്പാടൽ ഉപേക്ഷിച്ചു. നയനയാകട്ടെ അഭിഭാഷക രംഗത്തെ താരവേദിയിൽ തുടർന്നു.

ക്ഷേത്രത്തിലെ കൊട്ടിപ്പാടൽ നിർത്തിയത് ഉണ്ണിയിൽ മനോവിഷമമുണ്ടാക്കി. എന്നാൽ സുഭദ്രത്തങ്കച്ചിയുടെ വാക്കുകൾ ധിക്കരിക്കാൻ ആർക്കും ധൈര്യമുണ്ടായില്ല. അകനെല്ലൂർ ടെക്സ്റ്റൈൽസിന്റെ ചുമതല ഉണ്ണിയുടെ തലയിലായി. ഭാര്യാവീട്ടിൽ താമസിക്കണമെന്ന സുഭദ്രത്തങ്കച്ചിയുടെ നിലപാട് അംഗീകരിച്ചപോലെ ഉണ്ണി ഇതിനും സമ്മതിച്ചു. ഒന്നാം ദിവസം തന്നെ അവൻ ആകെ നെടുവീർപ്പുമുട്ടൽ അനുഭവിച്ചു. ഉണ്ണി അത് നയനയോട് പറഞ്ഞു.

"ഒക്കെ ശരിയാകുമെന്നേ. ഉണ്ണിയേട്ടൻ അല്പം ക്ഷമ കാട്ട്."

തനിക്ക് വഴങ്ങാത്ത സ്ഥലത്ത് അവൻ കരയിൽ പിടിച്ചിട്ട മീനിനെപ്പോലെ പിടഞ്ഞു. അപ്പോഴാണ് ചിറ്റപ്പൻ വാരാപ്പുഴ ശ്രീകുമാർ അവതരിച്ചത്.

"ഉണ്ണി. നീ നിനക്കറിയുന്ന പ്രവൃത്തി ചെയ്യ്. കലാരംഗമാണ് നിന്റെ മേഖല." അയാൾ പറഞ്ഞു.

ആറ്

ചിറ്റപ്പനും ഉണ്ണിയും എറണാകുളത്തെ സീരിയൽ പ്രമുഖരുടെ താവളമായ അരിസ്റ്റോ ലോഡ്ജിൽ സംഗമിച്ചു.

"ഉണ്ണി, ഞാൻ സപ്പോർട്ട് ചെയ്തതുകൊണ്ടാണ് നീയും നയനയുമായുള്ള കല്യാണത്തിന് സുഭദ്രത്തങ്കച്ചി സമ്മതിച്ചത്. എനിക്കറിയാമാ

യിരുന്നു കലാരംഗത്ത് നിനക്ക് ഭാവിയുണ്ടെന്ന്. നീ തുണിക്കച്ചവടം മാനേജരെ ഏല്പിച്ച് സീരിയൽ രംഗത്തേക്ക് വാ -" ചിറ്റപ്പൻ പറഞ്ഞു.

"ഞാൻ എന്തു ചെയ്യാനാണ്. എനിക്കാണെങ്കിൽ ആകെ അറിയുന്നത് സോപാനസംഗീതം മാത്രം." ഉണ്ണി നിസ്സഹായത പ്രകടിപ്പിച്ചു.

"അയ്യോ ഉണ്ണി ഇത്ര പാവമാകരുത്. എന്റെ അടുത്ത സീരിയൽ സോപാനഗായകരെക്കുറിച്ചാണ്. നൈവേദ്യം.. നീയത് നിർമ്മിക്കണം." ചിറ്റപ്പൻ പറഞ്ഞു.

"പക്ഷേ, പണം." ഉണ്ണി എഴുന്നേറ്റ് പോകാൻ നോക്കി. വരാപ്പുഴ ഇമ്പമായി ചിരിച്ചു. "ഉണ്ണി നീ പറയുന്നതിനപ്പുറം നയന നില്ക്കില്ല. അവളുടെ ആഭരണമില്ലേ അതെടുത്ത് പണയം വെയ്ക്ക്." വരാപ്പുഴ ഒരു പെഗ് മദ്യം ഉണ്ണിയുടെ കൈയിൽകൊടുത്തുകൊണ്ട് പറഞ്ഞു. "കഴിക്കെടാ നമുക്ക് ജീവിതം ആഘോഷിക്കാം."

ഉണ്ണി സ്വന്തമായി സീരിയൽ നിർമ്മിക്കുന്നതിൽ നയന സന്തോഷിച്ചു. അവൾ ആഭരണങ്ങൾ നല്കി. സീരിയൽ ഹിറ്റായെന്ന് അവൾക്കറിയാം. ഉണ്ണിക്ക് ലാഭവിഹിതമൊന്നും കിട്ടിയില്ല. പക്ഷേ, അവനിൽ മദ്യപാനശീലം വളർന്നു. പിന്നെ ഓരോരോ കാരണം പറഞ്ഞ് അവൻ ഇടയ്ക്കിടയ്ക്ക് വീട്ടിൽനിന്നും മുങ്ങും. അതിനിടയിൽ മീനുക്കുട്ടി പിറന്നു. സീരിയൽ നിർമ്മാതാവിന്റെ സ്ഥാനത്ത് ഉണ്ണികൃഷ്ണൻ പൊതുവാളിന്റെ പേര് ചാനലുകളിൽ കണ്ട് നയന പുളകിതയായി. ലോകം അവളെ വാഴ്ത്തി. ഉണ്ണി രക്ഷപ്പെട്ടു. നയന ദേവതയാണ്.

ഏഴ്

കോടതിയിൽ പ്രമുഖ സ്ത്രീപീഡനക്കേസ് വിജയിച്ച് വീട്ടിലെത്തിയ നയന ഉണ്ണിയെ പ്രതീക്ഷിച്ചിരിക്കുകയാണ്. വന്നത് ഉണ്ണിയുടെ ഫോൺ കോളാണ്. 'നമ്മുടെ സീരിയൽ പൊട്ടി. വൻ നഷ്ടം. നാട്ടിൽ നില്ക്കാൻ പറ്റില്ല. ഞാൻ ഗൾഫിലേക്ക് വിടുകയാണ്. നാളത്തെ ഫ്ളൈറ്റിൽ.'

നയന എന്തെങ്കിലും പറയുംമുമ്പേ ഫോൺ കട്ടായി. പിന്നീട് വിളി വന്നത് ഗൾഫിലെത്തീട്ടാണ്. അവിടെ അകന്ന ബന്ധുവിന്റെ കടയിൽ സെയിൽസ്മാനായി ജോലിനോക്കുകയാണ് ഉണ്ണി. നയനയുടെ അന്വേഷണം ഞെട്ടിപ്പിക്കുന്ന വിവരങ്ങളാണ് പുറത്ത് കൊണ്ടുവന്നത്. അവളുടെ ആഭരണങ്ങൾ, കാർ, ടൗണിലുണ്ടായിരുന്ന 30 സെന്റ് സ്ഥലം എല്ലാം നഷ്ടപ്പെട്ടിരുന്നു. അവൾ ചിറ്റപ്പന്റെ അടുത്തെത്തി.

"അവൻ മണ്ടനാണെടീ. ജീവിക്കാൻ അറിയാത്ത കഴുത. നീ പേടിക്കേണ്ട നിനക്ക് ഞാനില്ലേ." വരാപ്പുഴ ശ്രീകുമാർ വില്ലൻ ചിരി ഉതിർത്ത് കൊണ്ട് പറഞ്ഞു. അയാൾ മെല്ലെ അവളുടെ ചുമലിൽ കൈവച്ചു. അവളത് തട്ടിമാറ്റി. വീട്ടിൽ ബഹളമായി. സുഭദ്രത്തങ്കച്ചിയുടെ കുത്തുവാക്കുകൾ. ബാറിലെ സഹപ്രവർത്തകരുടെ പരിഹാസച്ചിരി. അതിന് പുറമെ വീട്ടിൽ നിത്യവും ഫോൺ വിളി. ഉണ്ണി പണം കടംവാങ്ങിയ സുഹൃത്തുക്കളാണ്.

നയന തകർന്നു.

ഒരു സന്ധ്യക്കാണ് വരാപ്പുഴ അവിടെ എത്തിയത്. അച്ഛനും അമ്മയും അമ്പലത്തിലായിരുന്നു. അയാൾ വന്നയുടനെ പറഞ്ഞു. "നോക്ക് നയന ഉണ്ണി എനിക്ക് സീരിയൽ നിർമ്മിച്ച വകയിൽ പതിനഞ്ച് ലക്ഷം തരാനുണ്ട്. എനിക്കറിയാം നിന്റെ കൈയിൽ ഒന്നും ഇല്ലെന്ന്. പക്ഷേ, എനിക്ക് ഈ രംഗത്ത് പിടിച്ച് നില്ക്കണ്ടേ. നീ വിചാരിച്ചാൽ എല്ലാം നേരെയാകും. നാളെ എറണാകുളം അരിസ്റ്റോവരെ വരണം. അവിടെ നമ്മുടെ പുതിയ നിർമ്മാതാവ് കാണും. നീ അയാൾക്ക് കമ്പനി കൊടുത്താൽ മാത്രം മതി." അവൾ തകർന്നു. വിയർപ്പ് പൊടിഞ്ഞ് വസ്ത്രങ്ങൾ കുതിർന്നു. താഴെ വീഴാതിരിക്കാൻ അവൾ സോഫയുടെ കൈവരിയിൽ മുറുകെ പിടിച്ചു.

"ഉണ്ണിയുടെ മുഴുവൻ ബാദ്ധ്യതകളും ഇപ്പോൾ നിന്റെ പേരിലാണ് ഞാൻ നാളെ വിളിക്കാം." വരാപ്പുഴ തന്റെ ആൾട്ടോ കാറിൽ കയറി. എല്ലാറ്റിനും പിന്നിൽ ചിറ്റപ്പന്റെ കുടിലബുദ്ധിയാണെന്ന് അവൾക്ക് മനസ്സിലായി. പാവം ചിറ്റ. അവരിപ്പോഴും ഭർത്താവിന്റെ ഗ്ലാമർ ലോകത്താണ്.

എട്ട്

വിഷം ശരീരത്തിലെ മുഴുവൻ അവയവങ്ങളിലും അരിച്ചിറങ്ങിയിരുന്നു. അത്ഭുതകരം എന്നാണ് ഡോക്ടർമാർ നയനയുടെ രക്ഷപ്പെടലിനെ വിശേഷിപ്പിച്ചത്. വണ്ടി എറണാകുളം സ്റ്റേഷനിൽനിന്നും കിതച്ച് നീങ്ങി. തന്റെ പോർക്കളം. അഡ്വ. നയനാ മോനോൻ താരമായി വിലസുന്ന നഗരം. അവൾ അലസമായി നഗരത്തിലേക്ക് കണ്ണോടിച്ചു. എല്ലാവരും തന്നെ ഒറ്റയ്ക്ക് വിട്ട് പാഞ്ഞുപോകുന്നതായി എനിക്ക് തോന്നുന്നു.

അച്ഛനും അമ്മയും അതേ ഇരിപ്പാണ്. ആരും ഒരക്ഷരം ഇതുവരെ മിണ്ടീട്ടില്ല. വിവാഹമോചനത്തിന് നോട്ടീസയക്കണം. അതാണ് അമ്മയുടെ ഡിമാന്റ്. അതിൽ കവിഞ്ഞൊരു തീരുമാനം സുഭദ്രത്തങ്കച്ചിക്കില്ല. അച്ഛനാകട്ടെ എതിരഭിപ്രായം പറയാനുള്ള സ്വാതന്ത്ര്യവും ഇല്ല.

നയനയ്ക്ക് അറിയാമായിരുന്നു. ഉണ്ണി നിഷ്കളങ്കനാണെന്ന്. ചിറ്റപ്പനാണ് എല്ലാറ്റിനും പിന്നിൽ. ഒരു മാന്ത്രികനെപ്പോലെ തെളിവുകൾ നശിപ്പിച്ച് അയാൾ കോടികൾ സ്വന്തമാക്കി. അവസാനം തന്റെ ശരീരം വില്ക്കാനുള്ള ധൈര്യംവരെകാട്ടി. കോടതിയിൽ തനിക്ക് ഇനിയൊരു ജീവിതമുണ്ടാകുമോ. അതിന് ഒറ്റവഴിയേയുള്ളൂ. ഉണ്ണിയേട്ടന്റെ കടങ്ങൾ വീട്ടണം.

സുഭദ്രത്തങ്കച്ചിയുടെ മൊബൈൽ ശബ്ദിച്ചു. ശ്രീകുമാറിന്റെ കാർ ടാങ്കർ ലോറിയിലിടിച്ചു. ഇപ്പോൾ അമൃതയിലെ ഐ സി യുവിലാണ്. ശരീരത്തിന്റെ ഒരു ഭാഗം തളരുമെന്നുറപ്പാണ്. ചിറ്റയുടെ ബന്ധുവാണ് വിളിച്ചത്.

കഷ്ടം. അകനെല്ലൂർകാർക്ക് ഇത് മോശം സമയമാണ്. സുഭദ്രത്തങ്കച്ചി പറഞ്ഞു. ശേഷം ജനാലയിലൂടെ അകലേക്ക് കണ്ണ് പായിച്ചു.

വണ്ടി തൃശൂരിലെത്തി. അകനെല്ലൂരുകാരുടെ കടുംചുവപ്പ് പജീറോ

അവരെ കാത്ത് നില്ക്കുന്നുണ്ടായിരുന്നു. നേരം സന്ധ്യമയങ്ങി. പജീറോ വീട് ലക്ഷ്യമാക്കി കുതിച്ചു. അകനെല്ലൂർ പാർത്ഥസാരഥി ക്ഷേത്രം. അവിടെയെത്തിയപ്പോൾ ഡ്രൈവർ വണ്ടിയുടെ വേഗത കുറച്ചു. നയനയുടെ മൊബൈൽ ശബ്ദിച്ചു. ഉണ്ണിയാണ്. “നമ്മൾ രക്ഷപ്പെട്ടു. എയർ ഇന്ത്യയുടെ ബമ്പർ ലോട്ടറിയിൽ പ്രൈസ് എനിക്കാണ്. പത്ത് കോടി. നാളത്തെ ഫ്ളൈറ്റിൽ ഞാനെത്തും.”

നയനയുടെ കണ്ണുകൾ നിറഞ്ഞു. കണ്ണുനീരിനിടയിലൂടെ അവൾ ക്ഷേത്രത്തിലേക്ക് നോക്കി. ഒന്നും വ്യക്തമല്ല. പക്ഷേ, ഒന്നു മാത്രം വ്യക്തമായി അവൾ കേട്ടു. സോപാനഗായകൻ പാടുകയാണ്.

കൃഷ്ണാ...................കാരുണ്യ സിന്ധോ.........

വലക്കുരുക്ക്

ബാംഗ്ലൂർ നഗരത്തിലെ സന്ധ്യ. പൊടിഞ്ഞുവീഴുന്ന മഞ്ഞുതുള്ളികൾ. പോക്കുവെയിൽ ചിത്രം വരയ്ക്കുന്നു. അതിനിടയിലൂടെ ദൃശ്യമാകുന്ന നന്ദകുമാറിന്റെ ഫ്ളാറ്റ്. ഇൻഫോസിസിലെ സോഫ്റ്റ് വെയർ എഞ്ചിനീയറാണ് നന്ദകുമാർ. ബർമുഡയും ടീഷർട്ടും വേഷം. കോംപാക്ട് ഡിസ്കിൽനിന്നും പ്രവഹിക്കുന്ന ദ്രുതതാളത്തിലുള്ള പാശ്ചാത്യസംഗീതത്തിനൊപ്പം നൃത്തം ചെയ്യാൻശ്രമിക്കുകയാണ് നന്ദകുമാർ. അതിൽ പരാജയപ്പെട്ട് ഒരു കോമാളിയെപ്പോലെ ചുവടുവയ്ക്കുന്നത് ആരിലും ചിരി പരത്തും. അടിപൊളിസെറ്റപ്പിലാണ് ഫ്ളാറ്റ്. ചുവരിൽ ബീറ്റിൽസ് ഗായകന്റെ ചിത്രം ഒട്ടിച്ചു വച്ചിരിക്കുന്നു. വേറൊരു കോണിൽ സെഞ്ചറി തികച്ച് ബാറ്റുയർത്തി കാണികളെ അഭിവാദ്യം ചെയ്യുന്ന ജാക്കാലിസ്. ഒരു ഹിന്ദി പ്രണയ ഗാനത്തിന്റെ ശബ്ദത്തിൽ കാളിങ്ബെൽ ശബ്ദിക്കുന്നു. വാതിൽ തുറക്കുന്ന നന്ദകുമാർ. ഭാര്യ അശ്വതി പണിക്കർ. പ്രശസ്തമായ ടെലിവിഷൻ ചാനലിലെ അവതാരകയും പ്രോഗ്രാം എക്സിക്യൂട്ടീവുമാണ് അശ്വതി. ജീൻസും ടീഷർട്ടുമാണ് വേഷം. മാറിടം ആരെയും പ്രലോഭിപ്പിക്കുംപോലെ മുഴച്ചു നില്ക്കുന്നു.

"ഹായ് നന്ദു"

"ഹായ് അച്ചു"

നന്ദകുമാറിനെ അടിമുടിനോക്കിക്കൊണ്ട് അശ്വതി.

"ഓ - നീ മാറാൻ ശ്രമിക്കുകയാണ്. എവിടെ. അട്ടയെപിടിച്ച് മെത്തയിൽ കിടത്തിയാൽ........."

"നീ കളിയാക്കുകയൊന്നും വേണ്ട. ഞാൻ ജനിച്ചത് കുബേര കുടുംബത്തിലല്ല -" നന്ദകുമാർ

അശ്വതി: "തുടങ്ങി നിന്റെ കോംപ്ലക്സ്...ങ്ങാ....അതുപോട്ടെ എന്താ

ഇന്നത്തെ പരിപാടി. ലെമരിഡിയൻ, യുവരാജ, അതോ ഡാഫോഡിൽസ്."

നന്ദകുമാർ: "എന്തിനാ ഈ പാഴ്ചെലവ്. നമുക്കൊരു ലെയ്ൻ വാങ്ങി ഇവിടെ കൂടാം."

ദേഷ്യത്തോടെ നന്ദുവിനെ നോക്കി വേഗത്തിൽ അശ്വതി ബെഡ്റൂമിലേക്ക് നടന്നകന്നു.

രണ്ട്

വേഷം പോലും മാറാതെ ബെഡിൽ കമിഴ്ന്നു കിടക്കുകയാണ് അശ്വതി. അവളുടെ മുഖത്ത് നിരാശയും കനത്ത ദുഃഖവും നിഴലിച്ചു. പാതി മയക്കത്തിലെന്നപോലെ അവൾ ഓർമ്മകളിലേക്ക് വഴുതിവീണു. തഞ്ചാവൂരിനടുത്ത് ശില്പികളുടെ ഗ്രാമം. തന്റെ ചാനലിനുവേണ്ടി പ്രോഗ്രാം ഷൂട്ട് ചെയ്യാനെത്തിയതാണ് അശ്വതി. ഗ്രാമക്കാഴ്ചകൾ അവളെ ഹരം കൊള്ളിച്ചു. തെളിഞ്ഞ നീലാകാശം പോലെ അവളുടെ മനം കുളിർത്തു. കരിങ്കല്ലിൽ കല്ലുളി പതിക്കുന്ന ശബ്ദം പ്രത്യേക സംഗീതം സൃഷ്ടിക്കുന്നതായി അവൾക്ക് തോന്നി. ആർത്തിയോടെ അവളുടെ ക്യാമറ എല്ലാത്തിനെയും ഒപ്പിയെടുത്തു. പിന്നെ ഒരു നിയോഗംപോലെ ആകാശക്കാഴ്ച. കരിങ്കല്ലിൽ നാരീരൂപം കൊത്തുന്ന യുവാവ്. വിയർത്തൊലിക്കുന്ന ശരീരം. ദൃഢമായ പേശികൾ. നെഞ്ചിലെ രോമത്തിൽ പറ്റിപിടിച്ചു വിയർപ്പുമണികൾ. അവൾക്ക് ആരാധന പാത്രമായ ജാക്കാലിസിനെ ഓർമ്മവന്നു. സെഞ്ചറി തികച്ച് ബാറ്റുയർത്തുമ്പോൾ വിയർത്തൊലിച്ച ശരീരം സൃഷ്ടിക്കുന്ന ഉൾപ്പുളകം. ശില്പത്തിലെ സ്തനങ്ങൾ അഴകളവുകൾക്കനുസരിച്ച് മിനുക്കിയെടുക്കുകയാണ് യുവാവ്. അവൾ ആരാധനയോടെ അത് നോക്കി നിന്നു. അപ്പോഴേക്കും ഗോവിന്ദൻ ശില്പിയെത്തി.

"മകനാണ്. ബാംഗ്ലൂരിൽ എം സി എയ്ക്ക് പഠിക്കുന്നു. ഇടവേളകളിൽ എന്നെ പണിയിൽ സഹായിക്കും."

അവളുടെ ആരാധന ആദരവായി. മെല്ലെയവൾ ശില്പിയുടെ അടുത്തേക്ക് നീങ്ങി.

"ശ്....പേരെന്താണ്"

ശില്പി മെല്ലെ തലയുയർത്തി.

"നന്ദകുമാർ"

"അച്ഛൻ പറഞ്ഞു. എം സി എയ്ക്ക് പഠിക്കുകയാണെന്ന് -" അശ്വതി

" ങാ ശരിയാണ്"നന്ദു പറഞ്ഞു.

"എന്താ ഒന്നും മിണ്ടാത്തത്"- അശ്വതി പരിഭവം നടിച്ചുകൊണ്ട് ചോദിച്ചു.

"എന്ത് പറയാൻ. ഒന്നും ....കാണുന്നില്ല." നന്ദു ജോലിയിൽ മുഴുകി.

തിരിച്ച് മുറിയിലെത്തി. അശ്വതി അസ്വസ്ഥയായിരുന്നു. അവൾ ക്യാമറ ഓൺ ചെയ്ത് റെക്കോർഡ് ചെയ്ത ദൃശ്യങ്ങളിലേക്ക് തന്നെ

നോക്കി നിന്നു. നന്ദു......ഉറച്ച ശരീരം. നീണ്ട് ഇടതൂർന്ന മുടി. അദ്ധ്വാനിച്ച് എം സി എയ്ക്ക് പഠിക്കുന്നു. ഇക്കാര്യം അച്ഛനു മുന്നിൽ അവതരിപ്പിക്കണം. ഇഷ്ടപ്പെടാതിരിക്കില്ല. ദിവാകരപ്പണിക്കരും വെറും കൈയോടെ സിംഗപ്പൂരിലേക്ക് ഉരുകയറിയ ആളല്ലേ? ബന്ധുക്കൾ എതിർക്കും. ജാതി ഭ്രാന്തന്മാരാണ്.

മൂന്ന്

"നിന്റെ തീരുമാനം ഞാൻ അംഗീകരിക്കുന്നു. നിന്റെ ജീവിത പങ്കാളിയെ നീ തന്നെ കണ്ടെത്തി. നല്ലത്. അഭിനന്ദനങ്ങൾ" - ദിവാകരപ്പണിക്കർ അശ്വതിയോട് പറഞ്ഞു.

"എന്റെ തീരുമാനം തെറ്റില്ല ഡാഡ്. പുത്തൻ ആശയങ്ങൾക്കൊണ്ട് മാധ്യമലോകത്തെ താരമായവളാണ് അശ്വതി." ചിരിച്ചും കൊണ്ട് അവൾ പറഞ്ഞു.

"ശരി, ശരി. പക്ഷേ, അനുഭവം എന്നൊന്നുണ്ട്. ജീവിതം നീ ഉദ്ദേശിക്കുന്നതുപോലെ അത്ര എളുപ്പമുള്ള കാര്യമല്ല. പുതിയ സാഹചര്യങ്ങളുമായി നന്ദുവിന് പൊരുത്തപ്പെടാൻ പറ്റുമോ? അവൻ ദുരിതവും ദാരിദ്ര്യവും അനുഭവിച്ച് വളർന്നവനാണ്. എന്നാൽ നിന്റെ ലൈഫ്സ്റ്റൈൽ...അതുമായി അവൻ എങ്ങനെ അഡ്ജസ്റ്റ് ചെയ്യും. ഫെമിനിസ്റ്റായ നീ വിട്ടുവീഴ്ചയ്ക്ക് തയ്യാറാകുമോ?" ദിവാകരപ്പണിക്കർ തന്റെ മനസ്സ് തുറന്നു.

"അവനെ ഞാൻ മാറ്റിയെടുക്കും. പെണ്ണൊരുമ്പെട്ടാൽ....നടക്കാത്ത കാര്യമുണ്ടോ?.....പഠിത്തം കഴിഞ്ഞാലുടൻ പ്ലേസ്മെന്റ് കിട്ടുമെന്ന കാര്യം ഉറപ്പാണ്. അവൻ അത്രയ്ക്കും ബ്രില്യന്റാണ്. കോഴ്സ് അടുത്ത മാസം തീരും. പിന്നെ കാമ്പസ് ഇന്റർവ്യൂ. അതു കഴിഞ്ഞാൽ............പ്ലീസ് ഡാഡ്................" അശ്വതി ദിവാകരപ്പണിക്കരെ കെട്ടിപിടിച്ചുകൊണ്ട് പറഞ്ഞു.

"ശരി ഞാൻ നന്ദകുമാറിന്റെ അച്ഛനുമായി സംസാരിക്കട്ടെ. അതുവരെ നീ ക്ഷമിക്ക്."

നാല്

ഓർമ്മകളിൽനിന്നും അശ്വതി ഞെട്ടിയുണരുമ്പോഴേക്കും മുറിയിൽ ഇരുട്ടുപരന്നിരുന്നു. അവൾ ബെഡ്ലാമ്പിന്റെ സ്വിച്ചിട്ടു. വേഷം മാറി ബാത്ത് റൂമിൽ കയറുമ്പോൾ അവളോർത്തു. നാളെ ഞായർ. ഹാങ് ഔട്ട് ഡേ. പക്ഷേ, നന്ദു ഒരു മണ്ണുണ്ണിയായിപ്പോയപ്പോയല്ലോ? കമ്പ്യൂട്ടർ മോണിറ്ററിനു മുന്നിലാണ് നന്ദു. പുതിയൊരു സോഫ്റ്റ് വെയർ ഉണ്ടാക്കുകയെന്ന ഭാരിച്ച ഉത്തരവാദിത്വം അവനുണ്ട്. എല്ലാ ശ്രദ്ധയും മോണിറ്ററിൽ മാത്രമാണ്. എങ്കിലും അശ്വതിയുമായുണ്ടായ പൊരുത്തക്കേടുകൾ അവന്റെ ഏകാഗ്രതയെ ബാധിക്കുന്നുണ്ട്.

കുളി കഴിഞ്ഞ് അശ്വതിയെത്തി. ശരീരവടിവ് വ്യക്തമാക്കുന്ന നേർത്ത ഗൗണാണ് വേഷം. ഫ്രഞ്ച് പെർഫ്യൂമിന്റെ ഗന്ധം മുറിയിൽ തങ്ങിനിന്നു. അവൾ നന്ദുവിന്റെ പിറകിലൂടെ ചെന്ന് ആലിംഗനം ചെയ്തു. അവളുടെ മാറിടം നന്ദുവിന്റെ ചുമലിൽ ഉരഞ്ഞു. മുടിയിഴകൾ അവന്റെ ദേഹത്തേക്ക് വാർന്നു വീണു.

നന്ദു ദേഷ്യത്തോടെ അവളെ തള്ളിമാറ്റി. “ഞാൻ ജോലി ചെയ്യുന്നത് നിനക്ക് കാണുന്നില്ലേ. അസൈൻമെന്റ് മറ്റന്നാൾ തീർത്ത് കൊടുക്കണം. എന്റെ അഭിമാനത്തിന്റെ പ്രശ്നമാണ്.” നന്ദു പൊട്ടിത്തെറിച്ചു.

അശ്വതി ഓടി സ്വീകരണ മുറിയിലെ സെറ്റിയിലേക്ക് മറിഞ്ഞു. അവളുടെ കണ്ണുകൾ നിറഞ്ഞിരുന്നു. എങ്കിലും വല്ലാത്തൊരുപകയുടെ നിഴലാട്ടം കണ്ണുകളിലുണ്ടായിരുന്നു. അവൾ റിമോട്ടെടുത്ത് ചാനലുകൾ മാറ്റാൻ തുടങ്ങി. പന്തുമായി ക്രീസിലേക്ക് കുതിക്കുന്ന ജാക്കാലിസ്. പാറി പറക്കുന്ന മുടി. ഉയർന്ന ചുമലുകൾ. കാളക്കൂറ്റനെപ്പോലെ മുക്രയിട്ട് കാലിസ് ബൗൾ ചെയ്തു. ഷാംപെയിൻ രുചിച്ചുകൊണ്ട് അവൾ ആ കാഴ്ച ആസ്വദിച്ചു. കാലിസിന്റെ ചെമ്പൻ മുടി അവളെ കിരൺഡിസൂസയെ അനുസ്മരിപ്പിച്ചു.

അഞ്ച്

കിരൺ ഡിസൂസ. മട്ടാഞ്ചേരിക്കാരൻ. അമ്മ മലയാളി. അച്ഛൻ ഇന്ത്യക്കാരനല്ല. കൊച്ചി തുറമുഖത്തടുത്ത വിദേശകപ്പലിലെ ക്യാപ്റ്റൻ. പേർ ഓർക്കാനേ അവന് ഇഷ്ടമല്ല. എന്തിനെയും വെട്ടിപ്പിടിക്കാനുള്ള അസാമാന്യമായ ഊർജ്ജവും അവനുണ്ട്. അതുകൊണ്ടാണല്ലോ, അവൻ സ്റ്റാർനെറ്റ് ചാനലിന്റെ ഐ ടി വിഭാഗം മേധാവിയായത്. അശ്വതിക്ക് അവന്റെ സ്മാർട്ട്നസ് പണ്ടേ ഇഷ്ടമായിരുന്നു. പക്ഷേ, അപവാദങ്ങൾ. കള്ളുകുടിയൻ, പെണ്ണുപിടിയൻ. പക്ഷേ, അവന്റെ തലച്ചോർ പത്ത് തലയുള്ള രാവണന് തുല്യൻ. അവനു മുന്നിൽ എന്തും വഴങ്ങും. ലക്ഷങ്ങൾ മുടക്കി കിരൺ ഡിസൂസയെ റാഞ്ചാൻ ആൾക്കാരുണ്ട്. കുതിരയോട്ടമാണ് പ്രധാന ഹോബി. പന്തയത്തിൽ ലക്ഷങ്ങൾ മുടക്കും. കൊയ്യും. ഒരിക്കൽ അശ്വതിയോട് തന്റെ ജീവിതപങ്കാളിയാവുമോയെന്ന് അവൻ ചോദിച്ചതാണ്. അശ്വതി സമ്മതിച്ചില്ല.

വിയർത്തൊലിച്ച ശരീരവുമായി ഓടിയടുക്കുന്ന ജാക്കാലിസ്. വിയർപ്പുമണികൾ പറ്റിപ്പിടിച്ച സ്വർണ്ണച്ചെയിൻ. കാളക്കൂറ്റന്റെ മുക്ര. ബാറ്റ്സ്മാൻ ക്ലീൻ ബൗൾഡ്. കൈയുയർത്തി ഓടുന്ന കാലിസ്. ഷാംപെയ്ൻ നുരയുന്നതുപോലെ അശ്വതി. കാലിസിന് കിരൺ ഡിസൂസയുടെ രൂപം പടരുന്നതായി അവൾക്ക് തോന്നി. ആ ചുമലുകളിൽ ഒന്ന് ചായാൻ കഴിഞ്ഞിരുന്നെങ്കിൽ ആ നെഞ്ചിൽ ഒന്നു വിരലോടിക്കാൻ കഴിഞ്ഞിരുന്നെങ്കിൽ. അയാൾ എന്നെ പൊക്കിയെടുത്ത് മെത്തയിലിട്ടിരുന്നെങ്കിൽ. ആ കാളകൂറ്റൻ എന്നെ കീഴടക്കിയിരുന്നെങ്കിൽ....അശ്വതിയുടെ മൊബൈൽ റിങ്

ചെയ്തു. കിരൺ ഡിസൂസ.

"ഞാൻ ലെ മെരിഡിയൻ ബാറിലാണ്. ബർക്കിഡിയുടെ ലഹരിയിൽ ഞാൻ നിന്നെ ഓർത്തു. നീ എപ്പോഴും എന്നെ അവോയ്ഡ് ചെയ്യുകയാണ്. പെണ്ണ് എനിക്ക് പുത്തരിയല്ല. എന്റെ ഭാര്യ, എന്റെ കുഞ്ഞുങ്ങളുടെ അമ്മ അതിലേക്കാണ് നിന്നെ ഞാൻ ക്ഷണിച്ചത്." എന്നിട്ടും.... അശ്വതി മൊബൈൽ ഓഫ് ചെയ്തു.

അശ്വതി ആലോചിച്ചു. കിരണിന് എന്താണ് ഒരു കുറവ്. മദ്യപാനവും അല്പം പെണ്ണുപിടിയും. അത് ബാച്ചിലർ ലൈഫിന്റെ ഭാഗമാണ്. ഞാനാണ് മണ്ടി. അൾട്രാ മോഡേണായ കിരണിനെ തഴഞ്ഞ് കഞ്ഞിയായ നന്ദുവിനെ കെട്ടി. ജീവിതം പരമ ദയനീയം. സെക്സിൽപോലും താല്പര്യം ഇല്ല. അല്ലെങ്കിൽ ഇൻഫീരിയോറിറ്റി കോംപ്ലക്സ് കൊണ്ട് എന്നെ കാണുമ്പോൾ തകർന്ന് വീഴുന്നു. ഡാഡി പറഞ്ഞതിലും കാര്യമുണ്ട്.

അശ്വതി മൊബൈലെടുത്തു. കിരണിന്റെ നമ്പർ ഡയൽ ചെയ്തു.

അശ്വതി : "നീ എവിടെയാണ്."

"ഞാൻ ബാറിലാണ്. എന്ത് പറയുന്നു നിന്റെ കണവൻ."

"എന്തു പറയാൻ എന്റെ വിധി അല്ലാതെന്താ. സെക്സിൽപോലും താല്പര്യമില്ലാത്ത മനുഷ്യൻ." അശ്വതി കരച്ചിലിന്റെ വക്കോളമെത്തി. കിരൺ ആവേശഭരിതനായി." "അച്ചു നീ സുന്ദരിയാണ്. ഒരു പന്തയക്കുതിരയെപ്പോലെയാണ് നിന്റെ ശരീരം. ആരെയും മോഹിപ്പിക്കും. എനിക്ക് നിന്നെ ഇഷ്ടമാണ് ലവ് അല്ല. ഇൻഫാച്വേഷൻ."

"ഒ കെ വി വിൽ മീറ്റ് സൂൺ." അശ്വതി ഫോൺ കട്ട് ചെയ്തു.

ആറ്

അശ്വതി ആലോചിക്കുകയാണ്. അവളുടെ സ്വപ്നങ്ങളിൽ നിറയെ കിരൺ മാത്രമാണ്. രണ്ടും കല്പിച്ച് അവൾ മൊബൈലിൽ കിരണിന്റെ നമ്പർ അമർത്തി. "ഹായ് അച്ചു. ഞാൻ നിന്നെ പ്രതീക്ഷിച്ച് ഇരിക്കുകയായിരുന്നു. നമുക്ക് ലെ മെരിഡിയനിലെ എന്റെ സ്ഥിരം നമ്പർ 13 ൽ കൂടാം. ഓ കെ. ഐ വിൽ പിക്ക് യു."

ലാൽബാഗിനടുത്ത് കിരണിന്റെ മെഴ്സിഡസ് ബെൻസെത്തി. അശ്വതി ആരുടെയും ശ്രദ്ധയിൽപ്പെടാതെ അതിനകത്തുകയറി. കാർ മെരിഡിയൻ ലക്ഷ്യമാക്കി കുതിച്ചു. കൃഷ്ണാ നീ ബേഗേന....കാറിൽനിന്നും സി ഡി മുഴങ്ങി. എ സിയുടെ തണുപ്പിൽ അവൾ കിരണിനെ നോക്കി. പന്തയക്കുതിരയെ പായിക്കുന്ന ആവേശത്തിൽ ഡ്രൈവ് ചെയ്യുകയാണവൻ.

നമ്പർ 13. കിരണിന്റെ ഇഷ്ടതാവളം. കിരൺ ഒരു കല്യാണി ബിയർ പൊട്ടിച്ചു. ഗ്ലാസിലൊഴിച്ച് അശ്വതിക്ക് നല്കി. അവൻ കുപ്പിയോടെ വായിലേക്കൊഴിച്ചു. നുര പതഞ്ഞ് അവന്റെ നെഞ്ചിലൂടെ ഒഴുകി. അവൻ ഷർ

ട്ടഴിച്ചു മാറ്റി. രോമവൃതമായ നെഞ്ചിൽ ബിയറിന്റെ പത. അശ്വതി ഒളികണ്ണിട്ട് അത് നോക്കി. ബിയർ അല്പാല്പമായി അവൻ മോന്തി. മെല്ലെ കിരണിന്റെ ശരീരത്തിലേക്ക് ചാഞ്ഞു. കിരൺ അവളുടെ ചുണ്ടുകൾ നുണഞ്ഞു. അശ്വതി ഒന്ന് പുളഞ്ഞു. അവന്റെ വിരലുകൾ അവളുടെ നിതംബത്തിൽ പതുക്കെ തലോടി. മെല്ലെ ചുരിദാറിന്റെ ഹുക്കുകൾ അഴിഞ്ഞു. പിന്നെ ടോപ്പ് അവൾതന്നെ വലിച്ചൂരി. കിരൺ സ്വയം നഗ്നനായി. രണ്ടു പേരും മെത്തയിലേക്ക് മറിഞ്ഞു. ജാക്പോട്ടിന്റെ ആരവം. പന്തയക്കുതിരയുടെ ആവേശം. കാളക്കുറ്റന്റെ മുക്ര. അശ്വതിയുടെ കണ്ണുകൾ മെല്ലെ അടഞ്ഞു. കിരൺ ആവേശം പൂണ്ടു. പിന്നെ ഒരു തളർച്ച. വിയർപ്പിൽ കുതിർന്ന രണ്ട് ശരീരങ്ങൾ മെത്തയിൽ തളർന്നുറങ്ങി.

നാല്

കിരണുമായുള്ള ബന്ധത്തിന് ശേഷം അശ്വതിയുടെ മുഖത്ത് പ്രസരിപ്പ് പ്രത്യക്ഷമായി. മുഖം ചുവന്ന് തുടുത്തു. ചലനങ്ങളിൽ പഴയ വസന്തം പടർന്നു. നന്ദുവിന്റെ സോഫ്റ്റ് വെയർ പരീക്ഷണം പരാജയപ്പെട്ടു. അവൻ ഒരു മാസത്തെ ലീവെടുത്ത് ഫ്ളാറ്റിലെത്തി.

“അച്ചൂ. എനിക്ക് ആ സോഫ്റ്റ് വെയർ നിർമ്മിച്ചേ പറ്റൂ. എനിക്കിവിടെ ഏകാഗ്രത കിട്ടുന്നില്ല. ഞാൻ ലീവെടുത്ത് അല്പം മാറി താമസിക്കുകയാണ്. ഷിമോഗയിൽ എനിക്ക് പരിചയമുള്ള ഹോട്ടലുണ്ട്. അവിടെ ത്തങ്ങി ഇത് പൂർത്തീകരിച്ച് ഞാൻ മടങ്ങിയെത്തും. ഒ കെ.” അശ്വതിയുടെ കവിളിൽ ചുംബിച്ച് നന്ദു കടന്നകന്നു. അശ്വതിക്ക് പ്രത്യേകിച്ചൊന്നും തോന്നിയില്ല. നന്ദുവിന്റെ അസാന്നിദ്ധ്യം അവളെ ആഹ്ലാദഭരിതയാക്കി. അവളുടെ മൊബൈൽ ശബ്ദിച്ചു. സ്പെഷൽ ബ്രാഞ്ച് ഡി വൈ എസ് പി മുരുകേഷാണ്. “അച്ചു ഒരു സ്കൂപ്പുണ്ട്. സൈബർ സെക്സാണ് വിഷയം. Please log on the www. hoty malayalees. com. മലയാളിപ്പെണ്ണുങ്ങളുടെ നഗ്നതവിറ്റ് ഒരു ബാസ്റ്റാർഡ് കാശ് വാരുകയാണ്. അവനെ എന്റെ കൈയിൽ കിട്ടിയാൽ.”

അശ്വതി നെറ്റിലേക്കോടി. നെറ്റ് സെർച്ച് ചെയ്തു. നിരവധി യുവതീ യുവാക്കളുടെ കാമകേളികൾ. അവൾ അലസമായി അത് വീക്ഷിച്ചു. ഈ വാർത്ത വഴി തനിക്ക് കിട്ടുന്ന പ്രശസ്തിയെക്കുറിച്ച് ആലോചിക്കവെ അവളുടെ കണ്ണുകൾ അത് കണ്ടു. ലെ മെറിഡയിനിലെ മുറി.... ബെഡ്... പിന്നെ അവൾ... അതെ അശ്വതിയുടെ നഗ്നത ലോകം കാണുന്നു. കിരൺ... തന്റെ നഗ്നത വിറ്റിരിക്കുന്നു. അശ്വതി പണിക്കർ തോറ്റുപോയിരിക്കുന്നു. അവൾ കണ്ണാടിയിലേക്ക് നോക്കി... പിന്നെ കൈത്തണ്ടയിലേക്കും.... അതിൽ നിന്നും ചോരത്തുള്ളികൾ ഇറ്റുവീഴുന്നു. അശ്വതി പണിക്കർ കത്തി വലിച്ച് കണ്ണാടിയിലേക്ക് എറിഞ്ഞു. തകർന്ന കണ്ണാടി വലയുടെ രൂപം തീർത്തു. അതിൽ നിറയെ അവളുടെ പ്രതിബിംബങ്ങൾ. തല കറങ്ങുന്നതുപോലെ.. അവൾ തറയിലേക്ക് തളർന്നുവീണു.

ദാസ് കാപ്പിറ്റൽ

മുപ്പതാണ്ടുകൾക്കുശേഷം വടക്കേ മലബാറിലെ ജന്മഗ്രാമത്തിലെത്തുമ്പോൾ നാഗരാജൻ ഏറെ മാറിയിരുന്നു. അച്ഛൻ കെ ആർ രാമഭദ്രന്റെ കുഴിമാടത്തിനരികിൽ നില്ക്കവെ ഓർമ്മകൾ നാഗരാജൻ എന്ന എൻ ആർ ഐ വ്യവസായ പ്രമുഖനെ കീഴടക്കി. താൻ വെട്ടിപ്പിടിച്ച ബിസിനസ് സാമ്രാജ്യങ്ങൾ. ഒറ്റ ഫോൺകോളിൽ ഇന്ത്യൻ ഭരണകൂടത്തെ വരുതിയിലാക്കാനുള്ള തന്റെ മണിപവറും മസിൽ പവറും അച്ഛന്റെ ഓർമ്മകൾക്ക് മുന്നിൽ ചാരമാകുന്നു. ഞാൻ അച്ഛന്റെ മകനാണോ? അച്ഛൻ തന്റെ ഉയർച്ചയിൽ സന്തോഷിക്കുമോ?

തീർച്ചയായും ഇല്ല. അതിവിപ്ലവത്തിന്റെ മാർഗ്ഗം സ്വീകരിച്ച തന്നോട് സമൂഹം എന്ത് കാട്ടി? കമ്യൂണിസ്റ്റ് സഹയാത്രികർ എന്ത് ചെയ്തു? പ്രായോഗിക രാഷ്ട്രീയത്തിൽ ഞാൻ വട്ടപ്പൂജ്യമെന്ന് മുദ്രയടിച്ചു. പക്ഷേ, ഞാനുണ്ടാക്കിയ മൂലധനം നേപ്പാളിലെ കാടുകളിൽ കഞ്ചാവ് കൃഷിയും വ്യാജവാറ്റുംകൊണ്ട് നേടിയ പണാധിപത്യം ഏത് ജനാധിപത്യസംവിധാനത്തെയും വിലയ്ക്കെടുക്കാൻ പ്രാപ്തമാക്കി. രാജ്യസഭാംഗംവരെയാക്കി.

രണ്ട്

അച്ഛനെക്കുറിച്ചോർക്കുമ്പോൾ അമ്മയുടെ ദയനീയമുഖവും വാക്കുകളുമാണ് മനസ്സിലെത്തുക.

പാർട്ടി സമ്മേളനത്തിന് പോകാൻ സഖാക്കൾക്ക് പണം ആവശ്യമായപ്പോൾ ആടിനെ വിറ്റതിനെച്ചൊല്ലിയുള്ള വഴക്ക് വീട്ടിൽ പതിവായിരുന്നു. അമ്മ കലിതുള്ളുകയും അച്ഛൻ മൗനത്തിന്റെ മഹാസാഗരത്തിലേക്ക് മൂക്കുകുത്തുകയും ചെയ്യും. പ്രത്യയശാസ്ത്രവും കൈയൂക്കും ഒരുപോലെ വഴ

ങ്ങുന്ന സഖാവ് കെ ആർ വീട്ടിൽ എലിയാവുന്നത് കണ്ടപ്പോൾ ചിരിവന്നിട്ടുണ്ട്. അച്ഛനെപ്പോലെ പാർട്ടിയിലെയും ഗ്രാമത്തിലെയും മറ്റൊരു കരുത്തനാണ് അബൂബക്കർ ഹാജി. പരമധനികൻ. അറയ്ക്കൽതറവാട്ടംഗം. അറയ്ക്കൽ ഹൈസ്കൂളിന്റെ ഉടമ. അറേബ്യ വരെ നീളുന്ന കച്ചവട ശൃംഖല. പത്തേമാരിയിൽ മാട്ടിറച്ചി കയറ്റുമതി നടത്തി തുടങ്ങിയ കച്ചവടം. സ്വർണ്ണവും കള്ളനോട്ടുമുണ്ടെന്ന് പിന്നാമ്പുറ സംസാരം. പുറമെ സാത്വികൻ, പാവങ്ങളെ സഹായിക്കുന്നവൻ. ഈ ആവരണത്തിന്റെ ബലത്തിൽ കമ്യൂണിസ്റ്റ് പാർട്ടിയിൽ കടന്നുകൂടി പണവും അംഗീകാരവുമുപയോഗിച്ച് പാർട്ടിയെ വിലയ്ക്കെടുത്തു. കെ ആറിന് എതിർക്കാതിരിക്കാനാവില്ലല്ലോ? പണാധിപത്യം തന്നെ ജയിച്ചു. കെ ആർ പാർട്ടിക്ക് പുറത്ത്.

മൂന്ന്

ദുഃസ്വപ്നം പോലെയായിരുന്നു ആ കാലം. മംഗലാപുരത്തെ ലോ കോളേജിൽ നിയമത്തോടൊപ്പം തലയിൽ മാവോസൂക്തങ്ങളും ലെനിനിസ്റ്റ് ആശയങ്ങളുമായി നടക്കുന്ന കാലം. വീട്ടിൽ കെ ആറിന്റെ മറ്റൊരു മുഖം. മദ്യത്തിനടിമയായ സഖാവ് കെ ആർ ക്രമേണ തളർന്നു. പക്ഷേ, അധികം കിടന്നില്ല. ജീവൻ വിട്ടുപോയ ആ മുഖത്തെ ചിരി അത് വിജയിയുടേത് തന്നെയായിരുന്നു. പക്ഷേ, അതോടെ ഞാൻ തികച്ചും ഒറ്റപ്പെട്ടു. ഒരുതരം ശൂന്യത. പ്രതീക്ഷ ഒന്നുമാത്രം. ഇടിമുഴക്കത്തോടെ വസന്തം വിരിയും. മാർഗ്ഗം സായുധ വിപ്ലവം. അച്ഛനോടുള്ള സ്നേഹം പ്രസ്ഥാനത്തിന് ഒരുതരം ആശ്വാസമായിരുന്നു. ആദ്യ ഇര അബൂബക്കർ ഹാജി തന്നെയായിരുന്നു. ഹാജിയുടെ കള്ളക്കടത്ത് ആധികാരിക രേഖകളോടെ പുറത്ത് കൊണ്ടുവന്നു. പത്രങ്ങളിൽ അത് വൻവാർത്തയായി. ആധിപത്യം അവിടെയും പണത്തിന്. നാഗരാജൻ പാർട്ടി വിരുദ്ധനായി. കുടുംബത്തിന് ദാരിദ്ര്യം. ഒളിവിലായ തന്നെ തേടിയെത്തിയത് അമ്മയുടെ ആത്മഹത്യാവാർത്തയായിരുന്നു. നാഗരാജൻ എന്ന ചെറുപ്പക്കാരൻ അനാഥനായത് ആരുമറിഞ്ഞില്ല. തനിക്ക് അങ്ങനെ തോന്നിയില്ല എന്നതാണ് സത്യം. കല്ക്കത്ത വിളിക്കുകയായിരുന്നു... അമ്മയുടെ വാത്സല്യത്തോടെ... സ്വപ്നഭൂമിയായ കല്ക്കത്ത.

നാല്

കല്ക്കത്ത. കനുസന്യാലിനെ കാണണമെന്നായിരുന്നു ആഗ്രഹം. പാതിവഴിയിൽ കിശോർലാലിനെ പരിചയപ്പെട്ടു. തകർന്നു വീഴാറായ ക്ഷേത്രത്തിനു സമീപത്തെ ടാപ്പിൽനിന്നും വെള്ളം കുടിക്കുന്ന ചപ്രത്തലക്കാരൻ. ആ കണ്ണുകളിലെ പ്രകാശമാണ് ആകർഷിച്ചത്. തന്നെപ്പോലെ ലെനിനിസത്തിൽ വിശ്വസിച്ചുപോയ നേപ്പാളുകാരൻ. അതിന്റെ പേരിൽ എല്ലാം നഷ്ടമായവൻ. ഇപ്പോൾ അതിർത്തിയിൽ അല്ലറചില്ലറ കള്ളക്കട

ത്തുകൾ നടത്തി കഴിയുന്നു. അത് വിപുലീകരിക്കാനായി പിന്നെ തീരുമാനം. പണംകൊണ്ട് വിലയ്ക്കെടുക്കാവുന്ന ചില ശരികളും സത്യങ്ങളും. അത് ആസ്വദിക്കുന്നതിന്റെ ലഹരിയേക്കാൾ മുള്ളിനെ മുള്ളുകൊണ്ട് എടുക്കാമെന്ന് വല്ലാത്ത ആത്മവിശ്വാസം ഉണ്ടായിരുന്നു രണ്ടുപേർക്കും. പിന്നെ, അമാന്തിച്ചില്ല. നേപ്പാളിലേക്ക് കടന്നു. മലയിടുക്കുകളിലെ രാജ്യത്ത് രാജഭരണവും അതിനെതിരായ മാവോയിസ്റ്റ് പോരാട്ടവും നടക്കുന്നു. പ്രസ്ഥാനത്തിന്റെ ആളുകളായി ഗ്രാമങ്ങളിലൂടെയും ചെറുപട്ടണങ്ങളിലൂടെയുമുള്ള യാത്ര. മൂലധനം എന്താണ്? അത് കീറിമുറിച്ച് ചർച്ച ചെയ്യപ്പെട്ടു. നാഗരാജന്റെ ശരികളെ അംഗീകരിക്കാനും ചിലരുണ്ടായി. അങ്ങനെ കെ ആർ ഗ്രൂപ്പ് ഓഫ് കമ്പനി നിലവിൽ വന്നു. വൻ വ്യവസായ ശൃംഖല. എന്തിനും പോന്ന അനുചരന്മാർ. അവിടെനിന്നും സിംഗപ്പൂർ വഴി ബ്രിട്ടൻ. മാവോസൂക്തങ്ങളുടെ തോഴൻ. ആയിരം രക്തപുഷ്പങ്ങളുടെ പ്രസരിപ്പോടെ എൻ ആർ ഐ വ്യവസായ പ്രമുഖനായി. ഭരണകക്ഷിയുടെ സ്വതന്ത്രനായി രാജ്യസഭാംഗം. കേന്ദ്ര ആഭ്യന്തരമന്ത്രിയെന്ന ലക്ഷ്യത്തിന് ഒരു ചുവടുകൂടിയടുത്ത്. സ്റ്റേറ്റ്, പ്രോലിറ്റേറിയൻ, കാപ്പിറ്റൽ എന്നിവയ്ക്ക് നാഗരാജന്റെ പുതിയ നിർവ്വചനം. പകയുടെ നെരിപ്പോടിൽ അച്ഛനെയും ആചാര്യന്മാരെയും, രക്തസാക്ഷികളെയും മനഃപൂർവ്വം മറന്നു. അതിനായി ലോകത്തിലെ വിലകൂടിയ ലഹരികൾ ഉപയോഗിക്കേണ്ടി വന്നെങ്കിലും.

അഞ്ച്

വിവര സാങ്കേതിക വിദ്യയുടെ കാലത്ത് നാഗരാജന് ഒത്ത എതിരാളിയായി അബൂബക്കർ ഹാജിയും വളർന്നു. മാട്ടിറച്ചിയും സ്വർണ്ണവും കള്ളനോട്ടും ആയുധമിടപാടുകളുമായി പിന്നെ പുരോഗമിച്ച് തീവ്രവാദവും. 32 മതസംഘടനകളെ തീറ്റിപ്പോറ്റി വളർത്തുന്നവൻ. തോക്കുകൾക്ക് പുറമെ ഹർത്താലും കലാപവും ആയുധമാക്കാമെന്ന് തിരിച്ചറിഞ്ഞ സൂത്രശാലി. സ്വന്തം വിശ്വസ്തനെ കേരള വ്യവസായവകുപ്പ് മന്ത്രിയുമാക്കി, സെയ്തലവി. മംഗലാപുരം മാർക്കറ്റിൽ ചുമടെടുത്ത് നടന്നവൻ. ഹാജിയെ ആക്രമിച്ച ഗോവൻസംഘത്തെ ഒറ്റയ്ക്ക് അടിച്ചമർത്തിയവൻ. കെ ആർ ഗ്രൂപ്പും ദുബായിൽ വേരുകളുള്ള അൽഅമീൻ ഗ്രൂപ്പുമാണ് കേരളത്തിലെ സ്പെഷൽ ഇക്കണോമിക് സോൺ സ്വന്തമാക്കാൻ വന്നത്. ഹാജിയുടെ മകൻ നാസർ ഹുസൈനാണ് അൽഅമീൻ ഗ്രൂപ്പിന്റെ തലവൻ.

മുംബൈയിലെ ശീതീകരിച്ച മുറിയിലിരുന്ന് നാസർ ഹുസൈനെ സ്കെച്ച് ചെയ്യുമ്പോൾ തനിക്ക് പ്രത്യേകിച്ചൊന്നും തോന്നിയിരുന്നില്ലെന്ന് നാഗരാജൻ ഓർത്തു. ഹാജിയെ വേദനിപ്പിക്കാൻ പറ്റുന്ന ഒരവസരം. ഷാർജയിലെ ഡാൻസ് ബാറുകളിലൊന്നിൽ നാസർ ഹുസൈൻ വെടിയേറ്റ് വീഴുമ്പോൾ കേരളത്തിലെ മർമ്മപ്രധാന നഗരത്തിലെ പ്രത്യേക സാമ്പത്തിക മേഖലയും കെ ആർ ഗ്രൂപ്പിന്റേതായിരുന്നു. മംഗലാപുരം പഠനകാലത്തെ തന്ത്രം വീണ്ടും പയറ്റാൻ എന്തൊരു ആവേശമായിരുന്നു. ഇന്ന് തനിക്ക്

പണമുണ്ട്. അധികാരമുണ്ട്. അബൂബക്കർ ഹാജിയുടെ തീവ്രവാദബന്ധം ചാനലുകളും പത്രങ്ങളും ആഘോഷിച്ചു. അത് ഹാജിയുടെ തകർച്ചയുടെ കാഹളമായിരുന്നു. നാഗരാജന്റെ വളർച്ചയുടെയും. ബംഗാളിയായ താപ്പാനയെ ഒതുക്കി ആഭ്യന്തരമന്ത്രിയാകാൻ കോടികൾ മുടക്കേണ്ടി വന്നു. ഹാജിയെ നേരിടാൻ തീവ്രവാദം നല്ലൊരു ആയുധമായി. കോടതികൾ കയറിയിറങ്ങുന്ന വ്യവസായ പ്രമുഖനായി ഹാജി മാറി. ക്രമേണ എല്ലാം നഷ്ടപ്പെട്ട വൃദ്ധനായും. പ്രായശ്ചിത്തമെന്നപോലെ കെ ആർ ഗ്രൂപ്പ് പീപ്പിൾസ് ചാരിറ്റബിൾ ട്രസ്റ്റ് ആയി മാറ്റി. നാഗരാജയ്ക്ക് കേന്ദ്രമന്ത്രിയുടെ ശമ്പളം മാത്രം.

അവസാനമിപ്പോൾ അച്ഛന്റെ കുഴിമാടത്തിനരികിൽ ഓർമ്മയുടെ തേരിൽ നിസ്സഹായനായി. ശരീരം തളർന്ന് വിറയലോടെ... ശരിതെറ്റുകളുടെ വിചാരണ... കെ ആർ എന്ന പച്ചമനുഷ്യന് മുന്നിൽ താൻ ഒന്നുമല്ലാതാവുന്നത് നാഗരാജൻ അറിഞ്ഞു. അച്ഛൻ വിറ്റ ആടിനെച്ചൊല്ലി വഴക്കടിക്കുന്ന അമ്മയും ഓർമ്മയിൽ തെളിഞ്ഞു.

9 789387 842298

Printed by Libri Plureos GmbH in Hamburg,
Germany